KUFA NA KUPONA

A. E. MUSIBA

MKUKI NA NYOTA
DAR-ES-SALAAM

KIMECHAPISHWA NA:
Mkuki na Nyota Publishers Ltd,
S.L.P. 4246,
Dar es Salaam, Tanzania
www.mkukinanyota.com

Kimechapishwa kwa mara ya kwanza na Premier Publishers & Distributors Ltd, 1979.

ISBN 978-9987-08-313-8

Hii ni kazi ya kubuni. Majina, wahusika, biashara, mahala na matukio yote yaliyotajwa ni matokeo ya ubunilizi wa mtunzi tu. Kufanana kwa aina yoyote na mtu yeyote wa kweli, aliye hai au aliyekufa, matukio au maeneo ya kweli ni kwa bahati tu.

Vitabu vya Mkuki na Nyota vinasambazwa nje ya Afrika na African Books Collective.
www.africanbookscollective.com

YALIYOMO

SURA YA KWANZA

Karatasi za Siri

Ilivyo ni kwamba mimi siku za Jumapili hulala mpaka saa tatu au saa nne. Na kama huamini hivyo, si shida yangu. Ilikuwa Jumapili nyingine. Usiku wa jana, yaani Jumamosi, nilikwenda kwenye dansi na rafiki yangu mmoja msichana. Tulirejea nyumbani mnamo saa tisa na nusu za usiku. Kutokana na uchovu mwingi ulionielemea, nikafahamu wazi kwamba Jumapili hii nitaamka kama saa tano hivi. Lakini utastaajabu nikikwambia kuwa Jumapili hiyo ilinibidi niamke saa kumi na moja alfajiri!

Kengele ya simu ililia mnamo saa kumi na moja, na miye nilikuwa nimelala saa moja tu hivi. Nilipuuza kuichukua, kwani nakueleza nilivyochukia, Mungu ndiye anayejua. Iliendelea kulia na kulia, mwishowe nikaona nisipoijibu pia, nisingeweza kulala kwa sababu ingaliendelea kuniudhi. Huyu binti aliyekuwa amelala karibu na hii simu naye aliamka, akaniomba afadhali niijibu. Basi kwa shingo upande, nilimwambia huyu binti anisogezee. Yeyote yule aliyekuwa amepiga hii simu nilikuwa mpaka sasa nimechukia kiasi cha kwamba angelikuwa karibu ningalimwuma.

"Hallo, huyu ni Chifu." Nilisikia sauti ikisema.

Usingizi ulipotea papo hapo, nikajua kuna jambo, maana, anapojifahamisha kwa jina la Chifu jua kuna kazi, na kazi kubwa, "Hallo, mi ni Willy. Chifu mbona unapiga simu wakati kama huu? Nadhani ingefaa uwe kitandani, la sivyo utazidi kuzeeka upesiupesi, kwa mtu wa makamo, kama yako," nilimjibu.

"Sikiliza Gamba, hapa ninapopigia simu ni ofisini, na wala si nyumbani - kitandani kama ambavyo ungalifikiria. Na miye nakuhitaji hapa ofisini ndani ya nusu saa bila kuchelewa. Kuna jambo la muhimu na la haraka, hili si ombi ila ni amri, asante sana," alimalizia Chifu.

Nakueleza, hakika kweli, kuna wakati mwingine ninapochukia hii kazi yangu, lakini hata hivyo kwa mtu kama mimi nipendaye visa, ikiwa nasikia kuna jambo kubwakubwa basi nami moyo huwa unanidundadunda, ukiniambia nenda, huenda mara hii kuna visa zaidi.

Della ambaye ndiye msichana niliyekuwa naye hakupenda kuniona ninaondoka saa kama zile. Akaniambia, "Willy, hii ndiyo sababu nakuchukia. Sasa unakaribia tena uende kwenye masafari yako ya ovyoovyo, hasa unapoitwa na hilo lijanaume linaloitwa lichifu. Kweli kama mara hii ukikubali kwenda miye naweza kufa."

Nilimjibu Della nikisema, "Wajua kabisa ya kwamba hii ndiyo kazi yangu, ndiyo inanipa unga, mboga na starehe za kila aina. Nisipofanya hizi safari, itakuwa kama wewe usipoenda ofisini."

Kwa sababu Della ni msichana mwenye hekima alinyamaza na kuelewa nimesema nini. Kumwacha msichana huyu, na asubuhi kama hii amelala kitandani, na miye nikakimbilia ofisini, ati kusudi nikapige ripoti kwa Chifu, moyo wangu ulidunda mara nyingi zaidi. Kama ningehesabu huenda mapigo yangefika tisini kwa dakika moja.

"Nitarudi mapema baada ya kumaliza shughuli na Chifu," nilimwambia Della.

Nilifungua mlango, nikaangaza nje maana kulikuwa bado gizagiza. Macho yalipozoea nikafunga mlango kwa nyuma, nikaenda kwenye gari langu. Nikaingia ndani na kuliwasha gari hilo. Kutoka kwangu Upanga, mpaka ofisini kwetu ni mwendo wa dakika kumi. Kwa sababu wakati kama huu hakuna magari mengi nilitegemea kuchukua dakika tano hivi.

Ingawaje ni kawaida ya Dar es Salaam kuwa na joto jingi, asubuhi hii kulikuwa na baridi sana.

Nilitia gari moto, nikashika barabara ya United Nations, moja kwa moja mpaka Jangwani kwenye taa za *traffic*. Nikaona hakuna gari ingawaje zilikuwa haziniruhusu kupita, lakini nilienda tu. Nikaingia Barabara ya Morogoro hadi Independence Avenue.

Nilipoingia Independence Avenue, niliona gari moja linakuja kwa nyuma. Na lilionekana kama kwamba lilikuwa limesimama katika barabara ya Morogoro wakati nikipita, kwa hiyo nikapunguza mwendo, nalo pia likapunguza. Miye nilikuwa sipendi mtu yeyote ajue kuwa nilikuwa nikienda ofisini, saa kama zile. Na kwa nini hilo gari likawa linanifuata? Hiyo pia, nilikuwa sitaki. Nakwambia, kwa sababu nilishafuatwa na magari mengi, mara moja tu naweza kutambua kuwa lile gari linanifuata hata anayenifuata awe mjanja namna gani. Wakati huu nilikuwa nimebakiwa na dakika kumi tu kuripoti kwa Chifu.

Nilikata shauri kurudi mara moja nikaone nani aliyekuwa ananifuata. Basi, nilipiga kona na kuanza kurudi. Hilo gari lilipoona ninarudi, likatia moto kuja kwa kasi sana. Likanipita na kwenda mwendo wa kama maili mia moja kwa saa. Dereva wa hilo gari alikuwa amejifunga shuka. Alikuwa amevaa miwani myeusi ya jua. Nikabahatisha kuwa, huyu alikuwa mtu ninayemfahamu, hivyo alivaa hivi kusudi nisiweze kumtambua. Gari lake lilikuwa aina ya Datsun 1600 SSS, lakini alikuwa ametoa sahani ya namba.

Nilikata kona tena nikaendelea na safari yangu mpaka ofisini. Niliendelea mbele kidogo ya ofisi kusudi nione kama hilo gari lilikuwa liko karibu na hapo. Ilionekana huyo jamaa alikata shauri kwenda zake. Nilianza kupanda juu ya jumba ambalo ndimo zilimo ofisi zetu hapo karibu na jengo la Bima ya Taifa. Ilikuwa tayari saa kumi na moja na nusu. Niligonga kwenye mlango wa ofisi ya karani wa Chifu. Nilisikia sauti ya Maselina ikinikaribisha.

Nilifungua mlango na kuingia ndani. Nilimhurumia sana Maselina maana naye alionekana mwenye usingizi mwingi. Nilipomwuliza alifika saa ngapi ofisini alinieleza kuwa Chifu alikuwa amepitia nyumbani kwake huko Magomeni Mikumi, yapata saa kumi hivi, wakati yeye alipokuwa amefika kutoka 'African Hotel' ambako alikuwa ameenda kustarehe na rafiki zake. Akazidi kunieleza kuwa lazima kulikuwa na jambo kubwa sana kwani Chifu alionekana hana furaha kabisa.

Kweli, Maselina alifaa sana kuwa karani wa Chifu, maana alikuwa msichana mwenye bidii sana ya kazi. Hata mimi nilimpenda kwa ajili ya bidii zake, na pili alikuwa na umbo la kupendeza. Alizidi kunieleza kuwa Chifu alikuwamo ndani akiningojea. Maselina alimpigia simu Chifu, na Chifu akamwambia aniambie niingie. Basi, niligonga kwenye mlango ulioandikwa. "MKURUGENZI WA UPELELEZI." Nilisikia sauti ya Chifu ikisema, "ingia ndani, Gamba."

Nilipoingia ndani, nilimkuta Chifu anavuta mtemba. "Kaa chini," aliniambia. Sura yake ilionyesha kana kwamba kulikuwa na jambo ambalo hakulipenda. Alikaa dakika kama kumi hivi akiniangalia tu bila kunieleza neno. Hata miye mwenyewe nilijisikia sina furaha hata chembe. Kisha Chifu alitoa mtemba wake kwenye mdomo, akakung'utia majivu ya tumbaku katika sahani ya majivu. Akaanza kutia tumbaku mpya. Halafu akainua macho yake na kuanza kusema, "Sikiliza kwa makini sana tafadhali, maana sitaki kuwepo makosa yoyote ambayo yanaweza kuleta hatari. Habari niliyo nayo ni muhimu sana, kiasi kwamba, kosa la mtu mmoja tu, linaweza kuleta maangamizi ya Afrika nzima. Mnamo usiku wa manane, nimepokea simu nyumbani kwangu ikitokea kwa Mkuu wa Polisi. Mkuu wa Polisi alinieleza ya kwamba, ofisi moja ya wapigania uhuru, imebomolewa. Na kwamba karatasi fulani za siri zimechukuliwa."

Alipofika hapo Chifu alionekana hana furaha katika kutaja neno hili 'zimechukuliwa.' Aliendelea kusema, "Na Polisi wanafikiri kwamba jambo hili limefanyika kati ya saa nne na tano usiku. Askari Polisi aliyekuwa akilinda amekutwa ameuawa kwa kupigwa risasi tatu kifuani. Polisi walifika hapo ofisini yapata saa tano kamili, baada ya kupigiwa simu na mtu mmoja aliyeiona hiyo maiti ambayo ilitupwa barabarani. Mtu huyo alikuwa akitoka dansini akielekea nyumbani kupitia, mtaa wa Nkrumah."

"Polisi walifika na daktari. Daktari alieleza kwamba huyo askari alikuwa amekufa yapata saa moja iliyopita, ambayo inaonekana ilikuwa saa nne. Mkuu wa wapigania uhuru alifika baada ya kupigiwa simu na akachunguza vitu vilivyopotea. llionekana kwamba kila kitu kilikuwemo ila kabati moja la chuma ambamo mlikuwa na karatasi za siri, kufuli la kabati hilo lilifunguliwa kwa kutumia bastola 45. Karatasi hizo zilizochukuliwa ni za maana sana kwamba lazima 'kwa njia nzuri ama mbaya' zipatikane. Maana zisipopatikana, zinaweza kuleta maangamizi kwa wapigania uhuru na kwa nchi huru zote za Afrika."

Alipofika hapa mimi nilisema, "lngefaa unieleze jinsi ninavyohusika katika mambo haya, maana mpaka sasa bado inaonekana hakuna jambo au kiini cha kuweza kuzipata iwapo hawamjui mtu yeyote aliyehusika na mambo hayo." Chifu hakusita kupanua midomo kunieleza, "Baada ya kuelezwa yote haya, imeonekana kwamba, wakuu wa Serikali wanafikiri kuwa wizi wa karatasi hizi pia, unahusisha nchi za Ureno, Afrika Kusini, pia Rhodesia. Lakini watu waliozichukua hizo karatasi ni watu au majambazi wa papa hapa Afrika ya Mashariki. Maana kutokana na wizi wenyewe ulivyotokea, imeonyesha kwamba ni watu wenyeji wa Afrika ya Mashariki tu wanaoweza kuendesha wizi huu."

"Mimi sasa ninavyofikiri ni kwamba hizo karatasi zina mambo yote jinsi wapigania uhuru wanavyoweza kufaulu katika mambo yao. Kwa hiyo, wakafanya jitihada wazipate, lakini hawakuweza. Maana wapelelezi wao wote wamekamatwa kama unavyojua. Hivyo, wakaona jambo wanaloweza kufanya ni kuwafuata majambazi katika Afrika ya Mashariki ambao haja yao kubwa ni pesa. Sasa basi, hawa watu wakafuata hao majambazi na kuwaambia kuwa watalipwa pesa kiasi kikubwa. Na hapo inavyofikiriwa, majambazi wakakubali kufanya hivyo".

"Zaidi ya hayo," aliendelea Chifu, "hao majambazi hawajali kama wapigania uhuru wanashindwa ama wanashinda. Na wala hawaoni hatari za mbele kwa nchi zote za Bara la Afrika. Kweli, hao majambazi, ninavyofikiri kuwa ndio, wamefaulu."

"Sasa hapa ndipo sisi tunaingia katika habari hii. Na sasa sikiliza kwa makini. Wakuu wa Serikali wamekaa na kufikiri usiku huuhuu na kuona watupe sisi kazi hii na ni lazima tufaulu ama sivyo Bara zima la Afrika litaumia si Tanzania wala Zambia wala Ethiopia wala Kenya zitakazoumia pekee. Wala si Msumbiji na Zimbabwe na Angola peke yake. Kwa hiyo, nimekuita wewe na utaondoka leo hii kwenda kwenye tume hii. Ninavyofikiria ni kwamba karatasi hizo hazijatoka katika Afrika ya Mashariki, maana Polisi katika nchi zote wameisha fahamishwa na kuna ulinzi mkubwa katika mipaka, viwanja vya ndege, na mahali penginepo.

"Hao majambazi wanajua kwamba Serikali itachukua hatua kuzitafuta hizo karatasi kwa njia nzuri ama mbaya. Watajaribu kuwapa wanaohusika upesi iwezekanavyo. Lakini nadhani hawatazitoa mpaka wamepokea fedha zao. Lazima ujue kuwa makundi ya majambazi yana akili sana. Wanangojea sisi tuanze kushughulika kusudi wajue kama kweli tunaweza kuwafikiria wao. Watakapoona kuwa tunawashuku, mara moja na wao, wataanza kupambana nasi, maana hawatakubali kupoteza hizo fedha. Hapo ndipo maisha yatakuwa magumu, maana itakuwa ua ama uawa. Na huenda wakasaidiwa na majasusi toka Ureno, Afrika Kusini na Zimbabwe."

"Na pia, nilifikiria kuwa, hao majambazi watapanga mahali pa kuonana na hao watu ili wabadilishane hivi vitu. Na lazima wapelelezi wa nchi hizo ndio watatumwa na Serikali zao kuja kuonana na hao majambazi. Hatari nyingine ni kuwa, hao majambazi lazima wawe na majina ya wapelelezi wetu maarufu, na wewe ukiwa nambari moja kwenye orodha hiyo. Sasa ninafikiria kuwa ofisi kuu ya majambazi hao iko Nairobi. Kwa hiyo, utaondoka hapa kwenda Nairobi, leo hii saa tatu na nusu na ndege ya Shirika Ia Ndege la Afrika ya Mashariki."

"Vyeti vyote vya kusafiria viko tayari. Huenda itakubidi usafiri mpaka Afrika Kusini au Ureno au Zimbabwe ikiwa lazima. Mambo ya safari katika nchi hizo pia, yako tayari. Ukiona ni lazima kusafiri katika nchi hizo usisite. Jina lako tangu sasa ni 'Joe Masanja,' na kazi yako ni, Uandishi wa Habari juu ya Maonyesho ya Mavazi. Maana tangu kesho maonyesho ya mavazi yataanza kote ulimwenguni. Upashanaji wote wa habari kati yetu katika kazi hii, utajulikana kama 'Kufa na Kupona." Na pia nakupa hiki cheti ambacho kimetolewa na Serikali, kikikuruhusu kuua kama ni lazima. Nakutakia mafanikio mema. Mungu akusaidie. Ila nakuonya usihusiane sana na wanawake, na katika hii safari usimwamini mwanamke yeyote. Chifu alimaliza kunieleza, lakini bado niliona mambo yote haya ni kama mwujiza. Kwani hakukuwa na hata chambo cha kuanzia. llikuwa kwamba nitaenda Nairobi bila kuwa na hata fununu ya mtu anayeweza kuhusika. Habari yote niliiona kama ya mwendawazimu. Kweli ilikuwa uendawazimu mtupu. Kisha nikamwomba Chifu kama angaliweza kuniruhusu kuuliza maswali, naye akakubali.

Nilimwuliza, "Kuna mtu yeyote ambaye anaweza kunisaidia huko Nairobi?"

"Nitapata jina la huyo mtu mnamo saa mbili na nusu asubuhi hii, na kama pia, kutakuwa na maelezo yoyote zaidi nitakupa wakati huo."

Nilitoka ofisini kwa Mkurugenzi, na kufunga mlango. Nilimkuta Maselina amelala kwenye meza; nikamgusa akaamka. Akaniuliza ilikuwa ni saa ngapi. Nikamweleza ilikuwa saa kumi na mbili na nusu. Akaniomba nimweleze kwa kirefu palikuwa na nini. Lakini sikuwa na muda, kwani ilikuwa inanibidi nijitayarishe upesi iwezekanavyo, nipate kuondoka saa tatu.

Nilimweleza kwa kifupi tu mambo yalivyokuwa. Maselina akaniambia, "Willy, kweli safari hii mambo ni mengine, na kesi hii inaonekana imejisokota vibaya sana. Lakini naamini, unaweza ukaisokotoa na kurudi salama. Mungu awe nawe."

Nakwambia kama mtoto huyu angalikuwa anakuaga wewe, wallah usingefanya safari, maana utadhani badala ya kukuombea usalama, anakuombea maafa! Maana hiyo sauti yake ilikuwa mbichimbichi mno. Nilimuaga Maselina.

Nilitoka nje, nikakuta kulikuwa kumeisha pambazuka. Nikaingia katika gari langu, huyoo Upanga. Mitaani bado hakukuwa na watu maana kumbuka kuwa hii ni Jumapili. Nilipofika nyumbani kwangu nilimkuta Della bado amelala. Lakini baadaye aliponiona tu, jambo la kwanza kuniuliza ni kama nitaondoka.

"Naondoka mnamo saa mbili zijazo."

Della alianza kulia na huyu mtoto anapolia, ndipo anakuwa mzuri kiasi cha ajabu. Utadhani mwelekevu ambaye Shaabani Robert anamzungumzia katika kitabu chake cha *'Adili na Nduguze'* kama hujakisoma miye Willy nakuomba ukakisome ndipo utajua Della ni msichana mzuri wa kiasi gani.

Nilimbembeleza Della na kumwambia, "Usijali sana. Safari si mbaya sana na nitarudi muda si mrefu" Lakini moyoni nilijua hii safari ilikuwa HATARI TUPU! Della aliamka akaanza kutengeneza kahawa, wakati mimi nikifungasha vitu vyangu vya lazima. Muda mchache, kijana mmoja alibisha hodi mlangoni. Nilipomwona, nikafahamu kuwa alikuwa mfanyakazi ofisini kwetu. Daudi alikuwa ametumwa na Chifu kuniletea kamera moja ya gharama sana, ambayo ningeitumia kama Mwandishi wa Habari na mpigapicha za Maonyesho ya Mavazi. Pia, alibeba bastola mbili zote automatiki 45, visu sita na vitu vingine ambavyo ningeweza kuvitumia safarini. Pia, alinieleza kuwa Chifu alikuwa amekata shauri niende pamoja na ofisa mwingine wa upelelezi, kwa jina Sammy Rashidi. Huyo kijana nawambieni ninyi watu kuwa ni mwamba, maana katika kazi yetu hii kila siku ni nambari mbili, akinifuata mimi. Na mara nyingi ameokoa maisha yangu. Alishawahi kushinda mashindano ya kutupa visu katika mashindano ya Jumuiya ya Madola. Ukiwa na bastola na Sammy akiwa na visu, jua umekwisha.

Kusikia Sammy anakwenda na mimi, moyo wangu ulipata furaha kidogo. Daudi alinieleza kuwa Sammy atakwenda akitumia jina Ia Athumani Hassani. Kazi yake itakuwa msaidizi wangu katika mambo ya kupiga picha, na yeye ndiye atakayekuwa mpigaji picha, na kwamba tutaonana naye kiwanja cha ndege cha hapa Dar es Salaam saa tatu.

Sasa ilikuwa saa moja na nusu, Della alikuwa tayari ameweka mezani kahawa, mayai na mkate. Miye nilikuwa, nimemaliza kufungasha vitu vyangu. Nilikuwa nangojea tu habari zaidi kutoka kwa Chifu. Tulikaa mezani na Della na kuanza kunywa kahawa. Nilizidi kumbembeleza Della, "Usijali sana juu ya safari yangu. Na kama Mola akipenda, tutaonana tena."

Ilipofika saa mbili kamili, simu ilisikika. Nikaenda kuijibu na kama nilivyotegemea, ilikuwa inatoka kwa Chifu. Chifu alisema, "Gamba, sikiliza. Nairobi mtaonana na ofisa mwingine wa upelelezi aitwaye John Mullunga. Huyu ni kijana tunayemwamini sana. Nadhani mmeisha wahi kuonana. Yeye ameshafika Nairobi toka Kampala asubuhi hii. Atakungojea saa nne asubuhi katika Hotel Fransae, huko Nairobi. Inaonekana yeye ana fununu kidogo kuhusu hii habari mpaka wakati huu. Maana anajua mambo mengi sana ya hapo Nairobi baada ya kufanya kazi hapo kwa siku nyingi na kupambana na majambazi wa hapo kwa muda mrefu. Sasa tayarisha kila kitu uondoke. Nadhani Daudi amefikisha vitu vyote nilivyompa. Nakuombea safari njema."

Baada ya kupata habari zote hizi kutoka kwa Chifu, nilionelea sasa niondoke kwenda zangu kwenye uwanja wa ndege. Ilibidi Della anisindikize mpaka kwenye uwanja ili apate kurudi na gari. Sikuwa na mzigo mkubwa sana, kwani huwa nina mfuko mmoja wa ngozi ambao nikiufunga unaonekana mdogo sana, lakini ndani yake unaweza kubeba hata ngamia! Della alitia gari moto tukaondoka. Niliangalia nyuma kuiangalia nyumba yangu na sehemu ya Upanga kwa makini sana. Sijui ilikuwa mara ya mwisho kuiona ama nitaiona tena, huo ulikuwa ndio wasiwasi wangu.

Nilionelea nipite kwanza mtaa wa Nkrumah nikaone hilo jengo lililobomolewa, kwa sababu nilikuwa bado na dakika ishirini za kupoteza kabla ya kufika uwanja wa ndege. Na mwendo wa kutoka mjini mpaka uwanja wa ndege, ikiwa Della anaendesha ni dakika chache, kwani huyu msichana anafahamu kuvuta gari.

Tulipofika kwenye hilo jengo, nilimwacha Della ndani ya gari nikamwambia, "Usitoke humu garini ila uwe ukiangalia ikiwa kuna mtu yeyote anayeonekana na wasiwasi wa kuliona hii gari hapa."

Wakati huu watu wengi walikuwa wamekusanyika kwenye hilo jengo, kwa hiyo ilikuwa rahisi sana kuchunguza mambo fulanifulani bila mtu kuwa na wazo lolote juu yako. Polisi walikuwa wanasukumasukuma watu wasikaribie sana, hata mimi nilianza kusukumwa lakini, Polisi Inspekta mmoja aliponiona alinichukua na kunionyesha kila kitu.

Jambo moja nililofikiria, ni kwamba, hawa watu waliobomoa hili jengo walikuwa wakifahamu kabisa kuwa hizo karatasi za siri zilikuwa kwenye hilo kabati la chuma, maana la sivyo, wangalikuwa wamejaribu kupinduapindua na kutafutatafuta kila mahali. Lakini vitu vyote hata wino katika vidau, haukuwa umemwagika japo tone moja. Hii inaonyesha kuwa walikuja moja kwa moja bila kugusa kitu kingine chochote na kupiga kufuli la kabati kwa risasi na kuchukua karatasi na kwenda zao. Pia, inaonekana haikuwachukua muda mrefu.

Hili jambo ambalo nimekueleza hapo juu, linanipa wazo:

Na kama wewe pia ni mtu mwenye kufikiri kama miye, Willy nadhani tayari umepata wazo. Ni kwamba hizi karatasi zilikuwa zikifahamika kwa watu wachache sana. Na kama hata zilijulikana kwa wapigania uhuru kuwa zipo, wachache walijua zipo wapi. Kwa hiyo, ingawaje hao majambazi walijua zipo, wasingeweza kujua mahali gani zilipo, mpaka wameambiwa na mtu anayejua zaidi juu ya karatasi hizo. La sivyo wangalitafuta kila mahali kabla ya kuzipata. Hivyo, tungalikuta vitu vimevurugwa vibaya sana. Kama una kichwa cha kufikiri nadhani umejua nina maana gani.

Baada ya kupata fununu, na kufikiria mambo mawili matatu, niliondoka hapo mahala na kurudi kwenye gari ambamo Della alikuwa akiningojea. Della aliniambia, "Sikumwona mtu yeyote ambaye alionekana kuwa na wasiwasi juu ya gari hili. Ila tu niliona gari moja aina ya Datsun I600SSS, dereva wake alikuwa amevaa shuka na miwani myeusi. Dereva huyo alinitupia macho kidogo tu."

Nadhani hiyo habari ya Della inakupa wazo jingine kwani, hilo gari ndilo lililokuwa likinifuata wakati nikienda ofisini kwa Chifu. Della alivuta gari moja kwa moja mpaka uwanja wa ndege ambako tulimkuta Sammy akiningojea kwa hamu. Nilimuaga Della kwa kumbusu kisha, akarudi zake hali machozi yakimtoka.

SURA YA PILI

Wasiwasi

Sammy alikuwa ameelezwa kwa kifupi na Chifu juu ya habari yote hiyo aliniomba nimweleze kwa kirefu mambo yalivyo. Wakati wote huu hata Sammy hakuwa akiona dalili yoyote ya kupata mwangaza wa jambo hili. Wote tulionekana vibuda.

Hapo uwanja cha ndege palikuwa na ukaguzi mkali sana. Lakini kwetu siye Chifu alikuwa amefanya mipango yote, kwa hiyo tulipita moja kwa moja mpaka kwenye ndege. Wakati huu bado nilikuwa najaribu kufikiri jambo hili na lile, kama naweza kutoa jambo kamili lakini wapi. Yule mtu mwenye shuka na miwani myeusi alikuwa akija kwenye mawazo yangu kila wakati. Mambo niliyofikiria kwenye lile jengo lililobomolewa pia yalikuwa yakinijia mara kwa mara. Nikamweleza Sammy kila fununu, au jambo lolote nililofikiria linaweza kutusaidia. Sammy naye akanipa mawazo yake.

llipofika saa tatu na nusu ndege iliondoka. Tuliiangalia Dar es Salaam kama kwamba hatutaiona tena. Hakuna aliyeamini ataiona tena. Wasafiri wenzetu walionekana kuwa wachovu wote kama sisi tulivyokuwa, kwani kama unavyojua ni Jumapili asubuhi. Miye nadhani ndiye niliyekuwa mchovu kushinda wote. Kwa hivyo nilimwambia Sammy awe macho wakati mimi nikijipumzisha kidogo, maana katika kazi yetu hii huwezi kujua ni nani adui na nani rafiki. Wote ni maadui zetu mpaka tutakapohakikisha wenyewe mia kwa mia, ni nani rafiki yako. Na pia nilimweleza kama kukitokea kitu chochote ambacho atakishuku aniamshe. Kwani nilijua mchana huo Nairobi kungekuwa na shughuli kubwa sana.

Sammy aliponiamsha, niliona kuwa tulikuwa tayari tumefika kwenye uwanja wa ndege wa Embakasi. Tuliteremka kwenye ndege, kisha tulitafuta gari la kukodi twende zetu mjini. Sammy alinunua gazeti la "*Sunday Nation*" aone kama kuna kitu chochote juu ya tukio hili, lakini hakukuwa na lolote, ila mambo mengi juu ya maonyesho ya mavazi na mashindano ya muziki mjini Nairobi. Tulikuwa tumemweleza Chifu asiruhusu hili jambo kuchapishwa mpaka Jumatatu wakati tutakapokuwa tayari tumeanza kazi yetu huko Nairobi.

Tulitazama huku na huko ili tupate kuona gari gani tukodi. Tangu tutoke kwenye ndege ulikuwa umepita muda wa robo saa na ushee hivi. Nia ya kungojangoja hapo uwanjani ni kutaka kuona kama kuna watu wowote ambao walikuwa wanategemea kufika kwetu, kwani siye kumshuku kila mtu ndiyo kawaida yetu.

Tulipoona hakuna lolote, tulikodi gari moja la *Archers* Tours. Tukamweleza dereva atupeleke mpaka Embassy Hotel, ambako ndiko tulitegemea kulala. Lakini Sammy hakuonelea vizuri wote kukaa katika hoteli moja kwa hiyo yeye alitaka tumteremshe Hotel Pigalle. Tulipanga tuonane mara moja Hotel Fransae, kusudi tupate kuonana na John Mullunga, kama ilivyopangwa.

Mimi nilishuka Embassy Hotel, nikaenda katika ofisi yao, ambako nilijiandikisha kama Joe Masanja. Halafu huyo binti ambaye ndiye karani hapo hotelini akanipa cheti changu, ufunguo na nambari za chumba. Nikaingia chumbani. Kilikuwa chumba kizuri maana kilikuwa kwenye pembe ya nyumba. Kilikuwa na madirisha mawili. Dirisha moja kwenye upande wa mtaa wa Koinange na moja lilikuwa limezibwazibwa na nyumba nyingine. Baada ya kuweka vitu vyangu niliteremka mara moja kwenda zangu Hotel Fransae. Nilipopita pale ofisini, nikamweleza mtu anayehusika na simu kuwa kukija simu yangu achukue hiyo habari. Halafu nikampa shilingi ishirini. Akanitazama kwa macho ya kusema asante mara mia. Kwani tarehe ishirini kwenye jiji kama Nairobi, ni mwambo mbaya sana.

Kisha nikaharakisha kwenda zangu Fransae. Nilipofika mlangoni, nilimwona Sammy naye anamaliza kuingia. Nilimwona John amekaa kwenye pembe ya mlango upande wa kushoto kama ukiwa unaingia tu Hotelini. Sammy alikuwa hamjui John, kwa hiyo yeye alikuwa bado anaendelea kwenye kaunta ya Hotel. Nilipoingia nilimpigia mluzi, akageuka tukamfuata John pale pembeni. Tumewahi kufanya kazi na John huko Kampala, wakati tulipotumwa kuwatafuta wezi wa almasi. Na ninakwambia wewe msomaji, John kusema kweli si mchezo. Katika kila kesi wanayomweka John hawa watu wa Uganda jua kuna makubwa. John alikuwa amekaa na kijana mwingine mwenye sura ya kupendeza sana. Nafikiri John alimfanya rafiki yake kusudi huyo kijana awe anamtengenezea mpango kwa ndasa, kwani sidhani kuna msichana yeyote ambaye asingesimama kama huyu rafiki wa John akimpigia mluzi.

Tulipofika hapo, John alitukaribisha tukae. Kisha akatufahamisha kwa rafiki yake ambaye anaitwa Robin Mwangi, kazi akiwa ofisa wa usalama nchini Kenya. Nayo Serikali ya Kenya ilikuwa imemleta Robin kwenye kazi hii. Mimi nilijifahamisha kama Joe Masanja, na Sammy kama Athumani Hassani. Na nikamfahamisha John kwa Sammy kama Fred Kamau. John tayari alikuwa amepata habari zote za kuja kwetu, na jinsi ambavyo Chifu alivyomweleza kama anayeweza kumtambua Sammy, kwa kule kuwa na kamera shingoni. Wote tayari tulikuwa tumeishaelewana majina ambayo tutatumia. John aliagizia vinywaji. Aliagizia Marteli Cognac toti nane, pamoja na soda baridi.

Wakati tukinywa, John alitueleza, "Hapa tulipo si mahali pazuri sana kwa kuelezana habari, kwa maana watu wengi huwa wanakuja kuzimua hapa Hotelini saa kama hizi, siku za Jumapili. Hata hivyo, nitawatolea muhtasari wa habari niliyokwisha pata." Alinyamaza, kisha akaendelea kusema, "Joe, kusema kweli, tukio hili linatisha kuzidi matukio yote, kwani inaonekana wote tuko gizani kabisa. Miye nilidhani nitapata jambo lolote la maana, lakini wapi. Robin nilimweleza mnamo saa moja aweke vijana wake mahali fulani kusudi huenda wakaweza kutupatia maelezo yoyote, ama kama wanaweza kupata fununu yoyote. Lakini ajabu ni kwamba vijana wanne wameshauawa katika muda huu wa saa mbili. Hii inaonyesha tutakuwa na muda mgumu sana, tena sana."

"Mmoja alikutwa amepigwa risasi huko Embakasi. Mwingine ametiwa kisu huko Uhuru Park. Wengine wawili walikutwa wameuawa huko Lavington Green kwa risasi. Sasa hata hatuwezi kuunganisha vifo hivi, ila tu kwamba watu hawa wako kila mahali. Na inaonekana kuwa ni kundi kubwa sana. Lakini jambo kubwa ni kwamba lazima tutafute kichwa cha tukio hilo."

"Mkurugenzi wa Idara ya Upelelezi wa kwenu amenieleza kwa simu anavyofikiria. Nami ninakubaliana naye, kwani huyu mzee akibashiri kitu, naamini ni hivyo. Kwa hiyo sisi itatubidi tuendelee kama alivyofikiri, la sivyo tumekwisha." Bado mimi nilikuwa sijaweza kuunganisha jambo lolote. Ilikuwa bado ajabu. Ajabu kubwa. Hapo nilimwuliza John,

"Unafikiri, sasa tutaanzia wapi?"

"Mimi nafikiri tutaonana usiku huko Starlight Klabu maana, yule kijana aliyekutwa Uhuru Park, alikuwa sehemu hizo. Na miye nilipochunguza sana ilionekana kana kwamba huyu mtu aliuawa katika nyumba fulani halafu akatupwa Uhuru Park. Kama unavyojua leo ni Jumapili watu wengi walikuwa bado wamelala."

Baada ya kukaguakagua afisa mmoja wa polisi alisema aliona tone la damu kwenye mlango wa Klabu hiyo. Nikaonelea ni vizuri nimwambie Mkurugenzi wa Usalama wa hapa amueleze Mkuu wa Polisi. Niliwataka wasiulize jambo lolote, au wasiulize maswali yoyote juu ya vifo hivyo mpaka baadaye. Kwa hiyo, sasa tutatawanyika halafu tutaonana usiku huko Klabu. Wakati huo Robin na mimi tutaendelea kukusanya habari chachechache toka kwa maafisa wake. Nendeni mkapumzike."

Tuliagana na Robin akanieleza, "Kama ukitaka msaada wowote wa watu. Waweza kupiga ripoti ofisini kwetu. Chifu huko Dar es Salaam tayari amefanya kila mpango na wakuu wa usalama katika nchi zote za Afrika ya Mashariki."

Tulikubaliana kuwa wote tutaonana Starlight Klabu mnamo saa tatu usiku. Sammy alienda hotelini kwake, nami nikarudi hotelini kwangu kupumzika kidogo. Nilipoingia hotelini kwangu nikaenda mpaka kwa mtu wa simu kumwuliza kama amepata simu yoyote. Naye akasema kwamba alikuwa bado hajapata. Nilienda moja kwa moja kitandani kwangu nikalale.

Nilipoamka ilikuwa saa kumi na mbili za jioni. Nilioga na kunyoa ndevu. Halafu nikajitayarisha kwa kila njia ili niweze kuonekana kama mwandishi kwelikweli. Halafu nikaagizia chakula. Sikula chakula kizito sababu hali yangu haikuwa nzuri sana. Baada ya kula nilimpigia simu Sammy anipitie mnamo saa mbili na nusu.

Ilipofika saa mbili na nusu Sammy alinikuta katika baa ya Fransae. Tukafunga safari kwenda Starlight. Mimi nilitaka tuchukue taxi, lakini Sammy alikataa, kwa kusema, "Twende kwa mguu, maana tunaweza tukapata jambo la kufurahisha. Pia, ni lazima uchukue bastola yako, maana kunaweza kuwa na mambo ya hatari."

Nilirudi chumbani kwangu, nikaweka bastola yangu ndani ya mkoba wake wa begani. Nikaweka koti langu juu nikafunga tai. Sharti kwa tai sababu mwezi wa saba ni baridi sana Nairobi. Ningekuwa sehemu za Dar es Salaam, wakati huo ningekuwa ninavaa fulana. Kweli nilipojiona kwenye kioo nilionekana mwungwana sana. Na ninakwambia ninapokuwa nimevaa koti, huwezi kujua kuwa hata siku moja nimewahi kugusa bunduki. Nilirudi huko baa kumpitia Sammy ili twende zetu.

Tulienda na mtaa wa Koinange, halafu tulipofika New Avenue Hotel, tukashika Kenyatta Avenue. Tuliendelea na Kenyatta Avenue mpaka tuliposhika Uhuru Highway, tulikoingia katika kijinjia kinachopitia Uhuru Park. Tuliangaza huku na huko katika Uhuru Park, lakini ilionekana hapakuwa na watu. Nadhani watu walikuwa wameishasikia kifo cha huyo kijana. Pia, tulitegemea kuwa kama watu hao wamekuwa wakifuata mienendo yetu, huenda wakawa wanatufuata. Hivyo, Sammy akawa tayaritayari na visu vyake ikiwa kutatokea matata. Lakini hatukupata jambo lolote.

Tulipoachana na Uhuru Park, tulishika Kirk Road. Tukaenda zetu moja kwa moja mpaka Starlight. Nje ya Klabu hiyo tulikuta watu wengi wakikata tikiti. Wanawake walikuwa wengi sana hapo nje, na walionekana wakitafuta wanaume wa kuwaingiza ndani. Lakini sisi tulikata shauri tusiwajali maana wangeweza kuingilia kazi yetu. Nilienda nikakata tikiti halafu tukaingia ndani.

Hii Starlight Klabu inapendeza mno maana hali ya hewa ya humo ndani ni tulivu kabisa. Kila mtu alionekana ni mwungwana. Watu wengi walikuwa wameishaingia. Wengi wao walikuwa wawiliwawili, yaani 'kitu mtu.' Nadhani unanielewa ninaposema hivyo. Tulienda tukakaa kwenye pembe moja ya kulia karibu na mlango mkubwa wa kuingilia. John alikuwa bado hajafika. Tulishangaa sana, lakini tulijua tu ya kwamba atafika muda si mrefu. Punde si punde Robin alifika. Na mara alipotuona akatufuata.

Robin aliuliza, "Fred yuko wapi?"

"Hata siye bado hatujamwona. Tulidhani mngefika wote hapa," nilijibu.

"Hata, aliniambia kuwa yeye atakuwa hapa mnamo saa mbili na nusu, kama ni hivyo basi huenda yuko kwenye ile baa ya nje, au amepata habari fulani ambayo anaishughulikia."

Kisha Robin aliondoka akaenda kwenye baa ya nje kuchunguza kama Fred yuko huko. Aliporudi, alitueleza kwamba Fred hakuweko. Sammy aliagiza vinywaji. Muziki nao ulianza kupigwa na vijana wa Fiesta Matata ambao hupiga muziki taratibu kabisa. Wakati huo wote tulikuwa tukimngojea Fred, lakini hakuonekana. Tulianza kupatwa na wasiwasi mwingi sana. "Kwani Fred anaishi wapi?" Sammy alimwuliza Robin.

"Anaishi Princess Hotel."

"Afadhali nikampigie simu huenda anaumwa, nilisema.

Sammy uwe unaangalia kama yuko mtu mwenye shauku na mimi nipigapo simu."

Nilipopiga simu Hotelni kwa Fred ilionekana hayuko kwani kengele iliendelea kulia kwa muda mrefu sana. Nilikata simu na kurudi pale kwa akina Sammy. Niliporudi Sammy alinieleza, "Ulipokuwa ukienda, msichana mmoja ambaye alikuwa amevaa mini alikuwa akikuangalia kwa jicho la pembenipembeni. Msichana huyo alikuwa akicheza dansi na kijana fulani. Halafu alipokuona ukienda kwenye simu alisogea mpaka kwenye kiti cha karibu na simu, kisha akajifanya kuwa anasoma gazeti. Na baadaye msichana huyo akapotea humu humu kwenye kundi la watu."

Hilo jambo niliona huenda ni hatua moja wapo. Lakini hatua hii ilikuwa bado haina uhusiano wowote na tukio letu. Huenda ni kwa sababu ameona ajabu kwa nini tulipiga simu, na kwamba tulikuwa tumekaa tu bila wanawake na hali tunaonekana vijana nadhifu mno.

"Habari zenu," sauti nyororo ilitoka kwa nyuma yetu. Kila mtu kati yetu alipatwa na kigugumizi cha kujibu, kwani wote tulipotupa macho nyuma yetu, tulimwona msichana mzuri mno!

Nakwambia maishani mwangu nimeona wasichana, lakini ilivyo ni kuwa huyu msichana aliwashinda wote. Nilisikia nywele zikinisimama nilipomwangalia tena. Nilijikaza kisabuni nikamjibu, "Siye wazima tu, vipi wewe?"

"Miye salama tu. Nilidhani kuwa huenda nyie ni wageni hapa. Na kwamba huenda mlipofika hapa mlifanya mpango na wasichana fulanifulani mwonane nao, lakini hawajaonekana, si hivyo?"

"Kidogo huenda uko sawa, lakini si sana," nilimjibu.

"Mbona unaonekana mwenye wasiwasi basi? Nilidhani kwamba ulienda kupiga simu kwa madhumuni ya hao wasichana." Akanyamaza hali akinitazama machoni.

Kweli mimi nakwambia sitaki wasichana wanaonitazama machoni. Kwa hivyo, msichana huyu mara moja alinitisha. Macho yake yalionekana ya kusinziasinzia, lakini yanaweza kukusoma moyoni mwako.

"Nilikuwa napiga simu kwa rafiki yangu mmoja ambaye ni mwandishi juu ya mambo ya muziki. Yeye tulimwacha Acadia Klabu. Nilitaka kumweleza aje huku kwani, muziki wa hapa unaonyesha umeshinda. Lakini inaonekana kuwa muziki wa huko umewaingia sana hata hawasikii mlio wa simu," niliongopa.

Alitabasamu. Tabasamu hilo lilifanya nywele zangu zisimame tena.

"Kweli nimeupenda muziki wa hapa," alisema msichana huyo. "Hata mimi huwa napenda bendi hiihii, na mahali papahapa."

"Jina lako nani," aliulizwa na Sammy.

"Mimi naitwa Lulu, Lulu Jack; kazi yangu ni kuonyesha mavazi. Nimetoka Kampala kuja kwenye maonyesho ya mavazi hapa Nairobi ambayo yatachukua kama wiki mbili hivi." Alinyamaza kwa muda wa kupisha mate yapite kooni. Kisha akauliza. "Na ninyi ni akina nani?"

"Miye ni Athumani Hassani, na huyu," alisema Sammy akionyesha kidole kwangu, "ni Joe Masanja. Na huyo ni Robin Mwangi. Kazi yetu sisi ni uandishi wa habari juu ya maonyesho ya mavazi. Hata sisi tumeletwa na hayahaya maonyesho ya mavazi. Hivyo, inaonyesha tutaonana mara nyingi toka sasa. Naamini nitakuwa mtu mwenye furaha sana nitakapokuwa nakuchukua picha. Maana mimi ndiye mpigaji picha katika kundi letu hili."

"Nitafurahi sana kuzidi kuonana na ninyi kwani nawaona kuwa ninyi watu waungwana sana. Je, mnatoka wapi?" Aliuliza.

"Siye tunatoka mjini Mwanza, Tanzania," alijibu Sammy. Kisha Lulu alituaga, akaondoka kwenda kucheza dansi. Mimi huwa siwaamini wasichana wazuri kama hawa.

Nakumbuka siku moja mama yangu, Mama Willy, alinieleza kuwa kati ya wanawake wote, ukiona mwanamke mzuri sana, basi jua mwanamke kama huyo ni hatari sana. Na nilipoanza kazi kila siku ninapotumwa kwenye shughuli fulani jambo la kwanza la Chifu ni kuniasa nisifuate wanawake wazuri sana. Maana wanawake kama hao ni sumu kali sana. Lakini mimi Willy, ingawaje nakubaliana na Mama Willy pamoja na Chifu, nimekuja kutambua kutokana na kazi zangu kuwa, kutokana na mwanamke mzuri sana unaweza kupata habari za ajabu sana. Nilikata shauri kuwa sitamwachia Lulu hivihivi, lazima nitafute mengi ya maisha yake.

Huyo mtoto Lulu ni lulu kwelikweli. Kwani toka kwenye dole gumba mpaka utosini hana dosari yoyote. Ukimwona hutaamini kuwa alizaliwa na mwanadamu ila labda ni mtoto wa jini, kama unaamini kuwa kuna majini, ama amefyatuliwa kutoka katika mashine baada ya kuchongwa na mchongaji nambari moja wa hapa ulimwenguni. Nakwambia kama Lulu ataacha wazi sehemu ya kifua chake halafu umtazame, utababaika. Hutaweza kumwangalia mwanamke mwingine yeyote. Utawahesabu wanawake wengine kama wanaume tu. Kama Mungu amewahi kupendelea, basi huyu Lulu amempendelea hasa.

"Sammy," niliita, "angalia kila mtu anayehusiana na Lulu katika hii klabu. Nawe Robin pata watu wa kumfuatia Lulu ili tupate kujua anakaa wapi." Nilinyamaza kidogo kisha nikaendelea, "Mimi itanibidi niende kule hotelini kwa Fred nikajue kuna nini, maana mpaka sasa yapata saa nne na nusu, bado hajaonekana. Ninawaacheni wote hapa ili kuangalia mambo ya hapa klabu. Lakini Sammy unipigie simu kama ukiona nimechukua muda mrefu, zaidi ya dakika arobaini na tano. Na upige kulekule chumbani kwa John. Kwa herini." Nikaondoka.

Nilikodisha gari hapo nje na kwenda moja kwa moja mpaka Ambassador Hotel. Sikutaka aniteremshe hapo Princess Hotel. Niliposhuka hapo, ilinibidi nichukue Government Road nionekane kana kwamba nataka kuchukua basi kwenye kituo cha mabasi cha Ambassador. Nilikwenda nikazungukia mtaa wa Duke, halafu nikaingia katika mtaa wa Tom Mboya.

Nilipoingia, nikakuta watu wengi sana katika baa. Nilijifanya kama miye pia mpangaji wa hapo, lakini nilitazama huku na huko hapo hotelini ili nione kama kuna mtu ananichunguza. Lakini watu wote walionekana wakishughulika na unywaji wa pombe na kadhalika. Nilipanda ngazi mpaka ghorofa ya kwanza. Robin alikuwa amenipa nambari za chumba ambamo John alikuwa akilala. Nilikwenda mpaka kwenye hicho chumba. Kabla sijagonga nilikagua vyumba viwili vilivyokuwa upande wa kuume na kushoto kwa hicho chumba. Lakini sikuona wala kusikia chochote. llionekana hivyo vyumba havikuwa na watu, au wote walikuwa wamekwenda kutembea.

Niligonga kwenye mlango wa John, lakini sikusikia lolote. Nikafikiria kutoka, lakini nikaona afadhali niingie ndani pengine nitaweza kupata habari zozote. Ama huenda akawa ameacha habari fulanifulani. Nilichukua funguo zangu malaya ili nifungue mlango kwani ulikuwa umefungwa.

Nakwambia sijawahi kushtuka kama nilivyoshtushwa na hali niliyoikuta humo chumbani nilipowasha taa. Hofu iliniingia, nikaanza kugwaya. John alikuwa amelala kifudifudi. Amekufa! Fahamu zilinitoka kwa muda wa dakika tano hivi. Baada ya kuzinduka nikaenda karibu na maiti ya John ili niichunguze vizuri. Niliona kuwa alikuwa amepigwa risasi sita, zote kifuani.

llionekana kuwa huyo aliyempiga hizo risasi, bastola yake ilikuwa *45*. Kwani miye nimewahi kuona matundu ya risasi hizi. Haya mauaji yalikuwa ya kutisha sana. Yalikuwa mauaji ya kikatili sana, maana aliyemuua, alimwachia risasi nyingi kana kwamba alimuua ng'ombe. Na ilionekana kwamba waliingia kwa ghafla, kiasi ambacho hata John hakuweza kujitetea.

Kifo hicho cha John kiliniuma sana hata nikaapa kuwa huyo aliyemuua, lazima nimkamate na kumuua mimi mwenyewe, kama nitakuwa mzima wakati wote wa madhila kama hayo. Woga ulianza kuniingia kwa mara ya kwanza. Tangu nianze kazi hii sijapatwa na woga kama huo. Kitu kilichofanya nitishike sana, ni jinsi wauaji hao walivyomfahamu John. Na kama ni hivyo, basi hata sisi tutakuwa tumeisha fahamika. Na kama wameweza kumuua John ambaye ni mpelelezi mashuhuri katika Afrika ya Mashariki, lazima watu hawa wawe miamba kweli. Na lazima wawe ni wenye akili nyingi sana juu ya kuwinda watu.

Kweli tulikuwa tunanuka vifo siye sote. Hazijapita hata saa ishirini na nne, watu watano tayari wameshakufa! Hata kama ungekuwa na moyo mgumu kama wa Farao, hata wewe ungeweza kutishika.

Nilikata shauri, kuufunga mlango na kuiacha hiyo maiti halafu niende kuwapigia simu polisi. Lakini kabla sijatoka niliona heri nipekuepekue mifuko ya John ili huenda nikapata kitu chochote kilichofanya hata wamfuate. Na kama unafikiri sana unaweza kuona kuwa lazima John wakati sisi tunashangaashangaa yeye alikuwa amegundua jambo fulani ambalo ndilo lililosababisha kifo chake. Kisha, nilienda mpaka kitandani ambako kulikuwa na mkoba. Nilipoinama tu, nikasikia sauti ikiniambia, "Tafadhali kaa ulivyo wala usisogee hata inchi moja. La sivyo utapata idadi ya risasi zile zile alizomwingia huyo mshenzi karibu nawe hapo."

Nikaduwaa....!

SURA YA TATU

Lo! Maisha Magumu

Nilijiona siwezi kufanya lolote. Na kama kweli ningefanya upuzi hapo, nilijua hata mimi ningeyala marisasi. Kwa hiyo, nilionelea ninyamaze tu mpaka hapo nitakapopatiwa yangu. Jinsi huyu mtu alivyoingia hata sifahamu maana aliingia kama mchawi bila hata kishindo. Zaidi nilikuwa nataka nimwone ni nani lakini niliona kwamba ningegeuza uso tu, ningekwisha kazi. Nilijua hata mimi huo ndio mwisho wangu. Mara nyingi huwa katika hatari kama hizi, lakini kwa muujiza wa Mungu hutokea nikaponyoka. Mara hii mambo yalionekana kuwa tofauti kwani watu hao hawakuweza kufanya kosa hata moja.

"Wewe ni nani, na unafanya nini hapa?" niliulizwa.

"Mimi naitwa Joe Masanja, na nimekuja hapa kumtazama huyu Fred Kamau ambaye ni mwandishi mwenzangu. Sote tunaandika habari juu ya maonyesho ya mavazi ambayo yameanza hapa. Na nimestaajabu sana kumkuta ameuawa." Nilinyamaza kisha nikasema kwa upole mwingi, "Lakini mbona unanijia kijeshi namna hii, kana kwamba miye nimefanya jambo lolote? Ninashangaa kujiona nimeshikiliwa bunduki mgongoni. Ninaweza kuzimia hivi. Na wewe ni nani?" niliuliza.

"Nyamaza," alijibu, "sina muda wa kujibu maswali yako, nipo kazini. Ila nataka kujua uliingiaje humu! Mlango ulikuwa umefungwa. Na kwa nini baada ya kuingia humu ilionekana kuchunguzachunguza vyumba vilivyo karibu na hiki, kana kwamba ulikuwa ukijua kwamba ulikuwa unafuatwa?"

"Nilifungua mlango kwa kutumia ufunguo niliopewa na huyu rafiki yangu Fred, maana alikuwa na funguo mbili."

"Nilikuwa nimesahau nambari za chumba ndiyo sababu ilinibidi nithibitishe ni kipi kati ya hivi vitatu," nilimjibu. Wakati huo zilikuwa zimepita dakika arobaini na saba, na simu ilikuwa bado haijalia. Hivyo nilizidi kukabiliwa na wasiwasi.

"Wewe ni mwongo, mwongo nambari moja. Hii inaonyesha unafahamu mambo mengi kuliko hivyo unavyotaka kusema. Huyu si Fred ila ni Afisa wa Upelelezi aitwaye John Mullunga," alijibu kwa sauti ya hasira. "Na siye tulikuwa tunajua kwamba atakuja mtu wa aina yake kuangalia. Na wewe lazima ni mmoja wao, ila tu unajidai ni mwandishi. Hivyo lazima na wewe ufe kusudi tuweze kuendelea na mipango yetu."

"Hayo ni maneno yako wala si yangu. Na hata kama ukiniua, siku moja nawe utakamatwa. Miye sikuwa nikijua kuwa huyo ndiye John Mullunga. Na wewe tu ndiye umenambia maneno haya. Na kama huyu kweli ndiye John Mullunga ambaye nimesikia habari zake na nyie mmemuua, basi Serikali ikifahamu, itawawinda mpaka itawatia vitanzi," nilimueleza.

Wakati wote huu nilikuwa nasema kusudi dakika zizidi kwenda ili pengine baadaye nipate mkombozi. Alianza tena kunitisha, "Maiti huwa hazielezi habari. Sitakusikiliza kwa maana wewe ni maiti tayari." Alianza kucheka kisha akaniambia, "Toa sala zako za mwisho. Na kama wewe pia ni Afisa wa Upelelezi, Serikali itatukoma, maana hizi Serikali bado hazitutambui. Na Bosi wangu nadhani atafurahi sana kusikia John amekufa na kijishenzi kingine."

Wakati huu wote nilikuwa nafikiri namna ya kuweza kujiponyesha. Lakini niliona hakuna. Bastola yangu nilikuwa nayo kwapani lakini nilijua nikijitingisha kidogo tu nitaingia kuzimu! Kwa hasira na uchungu nikasema, "Niue basi sasa unafanya nini? Unapoteza muda wako."

"Fumba macho usali kwa dini yako, ama vyovyote."

"Naomba nipige magoti basi," nilisema.

Alicheka akasema, "Lo! Nadhani polisi watakaokuja humu watapata tisho, kwani watakukuta wewe umekula risasi sita ukiwa umepiga magoti kitandani unasali. Halafu wataona rafiki yako amelala kifudifudi hapo chini, akiwa kama anaomba msamaha. Naye pia amekula risasi zipatazo sita." Sauti ya huyu mtu ilinionyesha kuwa ni muuaji, na ni mtu ambaye anafurahia kuua. Pia, alionyesha kuwa mtu katili na jambazi.

Wakati wote huu, nilikuwa nikifikiria njia ya kujiokoa. Na kule kuomba nipige magoti ni jaribio la kwanza kama huyo mtu akikubali tu nimtengeneze mara moja. Nikajifanya kuwa nilikuwa nikitetemeka ovyo. Bastola yake ilikuwa nusu inchi kutoka kwenye mgongo wangu. Nikabaki katika kufikiria jinsi ya kuirusha. Nilijua kuwa mtu huyo alikuwa muuaji na hatanihurumia.

Mama Willy alinishauri siku moja kwa kusema, "Mwanangu kama umo hatarini, usife kama kondoo, kufa kama mwanamume ambaye wakati wa kuzaliwa mama yake alishikwa na uchungu wa ajabu."

Tangu siku hiyo sikubali kufa kikondoo. Basi niliposogea kwenye kitanda, hili jambazi lilipitisha mkono kwenye koti langu. Likatafutatafuta na kukuta bastola yangu ambayo aliichukua. Halafu likacheka. "Yeeh! eti wewe ni mwandishi. Mwandishi gani anatembea na bastola automatiki *45*, katika Afrika ya Mashariki? Mawili, wewe ni jambazi ama Afisa wa Upelelezi..."

Wakati huo akizungumza nilijua nimeishapatikana. Nukta yeyote ningeweza kula risasi. Na kicheko alichocheka kilikuwa cha hasira. Nilisikia akitupa bastola yangu upande mwingine wa chumba. "Upesi piga magoti. Huwezi kunidanganya mimi ati ni mwandishi. Ingekuwa Marekani ningelikubali. Lakini Afrika Mashariki, usinitanie."

Wakati ninapiga magoti na huku najifanya kama kwamba natetemeka, nilitupa shoto langu kama umeme. Kufumba na kufumbua, bastola ya hilo jambazi iliruka na kwenda kwenye pembe moja ya chumba. Hapohapo nikamgeukia.

Akanitupia ngumi moja nikakwepa. Nikatupa shoto langu tena likampata kwenye taya mpaka chini. Hivyo ni kwamba shoto langu likikupata, ukiwa dhaifu hutaamka tena hadi siku Yesu atakapokuja kwa mara ya pili!

Niliruka mpaka alipo, lakini akanipiga kwa mguu tumboni Nikaenda kuangukia kitandani! Wakati huo alikuwa ameisha simama. Akanijia wakati nikijaribu kusimama. Akanitia ngumi shingoni na kujikuta niko chini! Halafu akanitia teke la usoni na kuikimbilia hiyo bastola. Kabla hajafika niliruka kama swala na kumchukua 'judo' mpaka kitandani. Katika maisha yangu ya miaka sita katika kazi hii sijaonana na mtu kama huyu. Kweli siku hii, lo! Maisha yaliniwia magumu. Kabla hajasimama nikamtia ngumi nyingine kwa mkono wangu wa kulia. Na hapo nikaona amedhoofika. Nikaondoka kukimbilia bastola. Kabla sijafika nilipata teke la mgongoni na kunifanya nipepesuke. Kabla hajashika hiyo bastola, nilimpa tena shoto langu akaanguka chini. Nilimfuata hapo chini na kumtia teke la tumboni na jingine ubavuni. Maana majitu kama haya, ukijigamba kuyapiga kichwani tu, utacheka. Yanavyo vichwa vigumu kama paka.

Alipodhoofika kabisa niliiendea bastola. Kurudi nikakuta amezimia. llikuwa yapata saa tano na robo za usiku sasa. Niliendea chupa ya *whisky* iliyokuwa humu chumbani na kuanza kumwagia na kumnywesha kidogokidogo. Kisha, akaanza kuzindukana. Hapo nikashikilia bastola yangu kwenye taya lake.

"Niambie wewe ni nani, la sivyo utameza risasi zote hizi zilizomo katika hii bastola..." nilimwambia.

"Yeeeh sitaweza kusema hata ufanye nini na ni afadhali uniue tu," alijibu.

"Sasa kama hutaki kusema jina lako huyu uliyemuita Bosi wako ni nani?"

Hakujibu alinyamaza tu. Nikaona nisipokuwa katili hapo sitaweza kupata fununu yoyote. Niliwasha kiberiti changu, "Usiponieleza jina lako nitakuchoma masikio yako ingawa unaonekana kuwa hujali."

Basi, nilisogeza moto kwenye sikio lake nikaanza kumchoma. Kwanza alijifanya hajali ingawaje alionyesha kuhisi uchungu wa ajabu. Hii ilinionyesha kuwa yeyote yule ambaye anaitwa Bosi anajua kuchagua watu wake. Kwani kweli huyu jamaa ni wanaume. Ni watu wachache sana wanaoweza kuvumilia moto. Lakini maumivu yalipozidi alianza kuguna, halafu akaanza kulia.

Mwishowe alisema, "Acha, niachie, nihurumie. Ngoja nitakwambia, hebu niache."

Nilitoa moto penye sikio lake kumpa nafasi aseme.

"Mimi naitwa…"

Kabla hajasema jina lake alipigwa risasi toka dirishani.

Akafa! niligeuka kutazama aliyemuua, lakini sikuona mtu. Na wala sauti ya bastola wala bunduki iliyomuua sikuisikia. Hii ilionyesha kuwa bastola zao zote zina viwambo vya kuzuia sauti, ambayo huitwa *Silencer*.

Kupigwa risasi kwa mtu huyo kulinipa wasiwasi zaidi. Moyo ulipiga mara nyingi mno. Chuki ilinijia, maana hawa watu wanaonekana kuwa wameipanga mipango yao kiasi cha kwamba wanahakikisha hawafanyi makosa hata chembe ya kosa. Nilikata shauri nitoke hapo mahali. Niliangalia zile maiti kwa mara ya mwisho. Nikaamua kwenda kuuchunguza ule mfuko wa John kabla sijaondoka. Lakini kabla sijafika kwenye huo mfuko, nilisikia sauti ikisema, "Simama hapo ulipo na usijitingishe."

Moyo uliniuma na hofu ilinizidi kwani niliona mara hii hawatafanya makosa kama mara ile.

"Angusha chini bastola yako," mtu huyo nisiyemtambua alisema kwa sauti ya hasira.

"Geuka unitazame."

Niligeuka upande wake na huku nimeinua mikono juu.

Huyo mtu alionekana katili zaidi ya yule mwingine. Alikuwa kijana mwenye sura mbayambaya. Mweusi na mwenye umri upatao miaka ishirini na minane. Kwa umri tulikuwa tukilingana.

Mimi pia nilikuwa nina umri wa miaka ishirini na minane. Na kuadhimisha sikukuu yangu ya kuzaliwa ilikuwa wiki moja toka siku hiyo. Nilimwacha Della akialika watu kwenye hiyo sikukuu yangu. Lakini huenda badala ya kuadhimisha sikukuu ya kuzaliwa, watakuwa wakiadhimisha matanga yangu, siku hiyo. Maana sasa kila dakika ilinuka kifo kitupu.

"Mara hii hatutafanya makosa. Huyo mshenzi wahedi hapo chini, alifanya makosa na ndiyo sababu na yeye amepata zawadi yake. Wewe ni nani? Maana unaonekana tishio kwetu zaidi ya wengine wote. Hakuna aliyewahi kupambana na Kasha akabaki mzima. Hebu nipe maelezo kwa kifupi. Maana utake usitake utakufa tu. Huwa sifanyi makosa mimi."

Nilipomtazama alionekana kuwa mtu ambaye hawezi kufanya makosa. Niliomba Mungu kimoyomoyo na kuanza kutubu makosa yangu.

"Mimi naitwa Joe Masanja. Na ni mwandishi wa habari juu ya Maonyesho ya Mavazi. Nimetoka Mwanza Tanzania," nilisema.

"Pumbavu wee. Unadhani unaweza kunidanganya mimi, mwandishi hawezi kuwa jasiri kama wewe. Hata kumshinda nguvu Kasha," alisema.

Kisha akanipiga kofi moja mpaka nikaona jua ingawaje ilikuwa usiku. Fahamu zikaniruka kwa muda. Ziliporudi nilikuta bado ameshika bastola yake na kuniuliza tena mimi nilikuwa nani. Nilimjibu vilevile. "*Okay, okay*. Mimi sitajali kama kesho nitakuona ukila chakula cha mchwa," alisema kwa kiburi sana.

Nilifumba macho maana niliona ndio mwisho wa maisha yangu. Hapo sikuwa na ujanja wowote. Kwani huyu kijana anavyoshikilia bastola, afadhali na yule mchezaji sinema wa kule Mexico, *Cowboy Cuchilo*.

Wakati nilipoona anakaza mkono wake kuachia risasi kufumba na kufumbua nilishtukia anaanguka chini. Alikuwa amepigwa risasi taratibu akakata roho! Niliruka mara moja kuchukua bastola yangu tayari kwa matata mengine yoyote. Mlango ulipofunguliwa nilikuta ni Sammy.

Kwa mara nyingine tena Sammy alikuwa ameokoa maisha yangu, la sivyo dakika hii ningekuwa maiti.

"Willy naona walikuwa wamekusakama sana. Sasa tukimbie tutoke hapa ili ukanieleze jinsi mambo yalivyokuwa."

Alininong'oneza Sammy.

Kulikuwa na maiti tatu hapo chumbani sasa. Kabla sijatoka hapo chumbani nilienda kwenye mkoba na kuanza kukaguakagua. Nikaona hamna la kutusaidia. Tulipitia dirishani na kuteremkia kwenye ukuta na kutokea kwenye kijinjia, tulikimbia toka hapo mpaka River Road.

"Nilipiga simu baada ya dakika arobaini na tano kama ulivyosema," alisema Sammy. "Sijui, ilionekana kuwa ilikuwa imekatwa, kwa hiyo tukaanza kuingiwa na wasiwasi. lkabidi tungojee kwa muda wa dakika ishirini tena. Nilipotoka tu baada ya dakika kama tano, hivi Lulu naye hakuonekana tena. Pia, vijana fulani watatu waliokuwa wakizungumza naye walipotea baada ya dakika nyingine tano. Tulitaka kuwafuata ili tujue wapi walikokuwa wakienda, lakini tukaona mambo yasingekuwa mazuri sana kwako. Maana usingalijua tumekwenda wapi. Baada ya kungoja kwa dakika ishirini tena mimi na Robin tulianza kuwa na wasiwasi. Kwa hiyo, mimi nikakata shauri nikufuate na kumwacha Robin humo Klabuni kuzidi kuchunguza."

Nilichukua teksi hapo nje mpaka nyuma ya Hilton Hotel na kuanza kutembea kwa mguu mpaka hapo hotelini. Ndani ya baa watu walionekana kushughulika na ulevi. Kwa hiyo, mimi nilienda kwenye kaunta na kuagiza bia moja. Nilianza kumwangalia kila mtu kwa siri sana. Mwishowe, ndipo nikamwona mtu akipenya kwa haraka kati ya mlango mmoja unaotokea nje kwenda mwenye vyumba vya kulala. Huo mlango umeandikwa "HAKUNA KUPITA HAPA."

"Nilipoona hivyo, nilitoka kwenye kaunta kwa siri na kuingia katika vyumba vya huko juu. Halafu nikangoja.

Kwanza mtu huyo aliingia katika chumba cha mkono wa kulia. Baada ya kukaa kidogo alitoka na kuingia humu. Wakati wote huu miye nilikuwa nashindwa kutoka, kwani kulikuwa na wafanyakazi wa humu hotelini wakifanya kazi. Alipotoka ndipo nikakimbia na kuingia katika chumba cha upande wa kulia. Baada ya kuchunguza sana niliona hakikuwemo chochote humo. lla ukutani katika pembe moja kuna matundu matatu. Haya matundu yanatosha kuingiza mdomo wa bastola. Na ninadhani ndimo huyu mtu wa pili alimomwulia mtu wa kwanza. Na kwa kutumia tundu hilo hilo ndimo mimi nimemuua huyo jamaa. Na nimetumia *Silencer* hata mimi," alimaliza Sammy.

Na mimi nikamweleza mambo yote yalivyotokea. Sasa tulijaribu kuunganisha mambo mawili, matatu. "lnaonekana hawa watu walijua John amekuja kufanya nini, kwa hiyo walitumia kila njia wamuue. Pili wanajua kuwa kuna watu ambao wanafanya kazi hii na John, hivyo walikuwa wanavizia mtu yeyote ambaye angekuja katika chumba cha John. Nilipokuwa nimepiga simu mara ya kwanza inawezekana hawa watu walikuwa chumba cha pili. Nilipokata simu, nadhani walionelea wakate waya wa simu, ndiyo sababu wewe ulipopiga haikuweza kulia kengele."

"Nilipofika mimi walijua lazima ndiye mwenzake John. Hivyo lililokuwepo ni kuniua hata mimi. Nilipoweza kumshinda Kasha, huyu mtu wa pili alikuwa chini ya hoteli akimngojea Kasha. Kasha alipokawia akaona aje aangalie. Alipofika humu hakuja moja kwa moja, akaona aingie kwenye chumba hicho cha pili sababu alijua kuwa wamesha tayarisha hayo matundu. Alipochungulia aliona nimeshamshinda nguvu Kasha. Na Kasha alikuwa karibu atoe siri, kwa hiyo ikambidi amuue Kasha kabla hajasema."

"Angeniua na mimi papo hapo, lakini alitaka kuwa na hakika mimi ni nani, kwa vile alivyodhani anaweza kunilazimisha kusema. Nilipokataa kumwambia uhakika aliona aniulie mbali, lakini wewe ukamuua kabla. Huyu mtu wa pili alionekana kuwa wa maana zaidi katika huu uhaini kuliko Kasha. Sasa lililopo ni kutaka kujua hawa ni akina nani," nilinyamaza, kumeza mate.

"Maswali ya kujiuliza sasa ni mawili au matatu. Je, walimfahamu John mapema hivi? Je, huyu mwenye Hotel ana uhusiano na Sammy?"

"Willy, mimi naona kuwa wewe uende tena huko Princess maana sasa ni saa sita kasoro robo. Miye nitarudi Starlight nikamwone Robin. Huenda akawa na jambo. Halafu wewe nenda ukazungumze na wafanyakazi wa hapo upate kujua lini chumba hicho kimeacha kutumika. Nadhani vijana wa Robin wamemvizia Lulu kwa hiyo huenda Robin anaweza kuwa na jambo juu ya Lulu na watu wake. Hizo maiti hazitatambuliwa huenda mpaka kesho asubuhi. Hii itatupa muda wa kutosha kufanya kazi zetu."

Ukitoka Princess njoo moja kwa moja mpaka Starlight Klabu kabla ya saa saba. Ukichelewa tutajua huenda umesakamwa na siye tutakimbia kuja hapo.

Mawazo ya Sammy niliyaona kuwa ya busara sana. Kwa hiyo tulifanya kama alivyosema. Nilikodisha gari toka River Road kupitia Campos Robeiro mpaka Princess. Sammy naye akakodisha gari kwenda zake Starlight.

Nilipofika Princess nilikuta watu wote bado wanashughulika na kunywa na kila mtu alijali mambo yake. Wengi walikuwa wakimalizia vinywaji vyao kwani saa za kutoka zilikaribia. Katika pembe moja nilimwona msichana mmoja ambaye hakuonekana mwenye furaha hapo alipoketi. Nilipokuwa nikimfuata hakuonekana kupenda nimfuatie hivyo.

"Habari zako binti?" nilimsalimu. Badala ya kunijibu alinitazama tu. Nilikaza roho kiume, nikaenda kukaa kwenye meza moja naye. Uso wake ulionyesha uhasama wa chuki, ingawa sura yake ilikuwa na haiba kiasi cha kutosha.

"Mbona nyie wanaume hamwezi kujali mambo yenu wenyewe? Huko kuniona hapa unadhani mimi natafuta mwanaume?" alisema kwa dharau.

"Si hivyo bibie. Miye mwenzio si mwenyeji sana hapa. Nimekujia ili unisaidie mambo mawili hivi.

"Nilistaajabu kuona kisura kama wewe kukaa peke yako hapa pembeni tena ukionekana mwenye huzuni. Je, kuna jambo limekuudhi? Ama ikiwa ni shemeji aliyekuudhi nitume nikamsihi," nilinyamaza nikitabasamu.

"Sema basi unataka nikusaidie nini? Miye hapa napumzika na kawaida yangu huwa sipendelei sana kukaakaa na wanaume wanaokunywa pombe. Ndiyo sababu nimekaa hapa peke yangu. Wewe ni nani?" aliuliza.

"Mimi ni Joe Masanja, Mwandishi wa habari juu ya maonyesho ya mavazi. Ninatoka Mwanza, Tanzania. Hii ni mara yangu ya kwanza kufika Nairobi. Nina haja ya kujua baa hapa Nairobi zinafungwa saa ngapi siku za Jumapili?"

"Nenda uulize huko baa," alijibu kwa hasira.

"Ah! Binti mbona wasichana wa Nairobi wakali hivi? Msichana kama wewe hufai kuwa mkali kwa kijana kama mimi. Uzuri wako unakutaka uwe mkarimu na msikivu ili uweze kuziliwaza nyoyo za watu dhalili kama miye," nikamjengea tabasamu pana la haiba.

Maneno hayo yalimlainisha kiasi. Ukitaka msichana afurahi, mwambie kuwa midomo yake ni mizuri na mitamu.

"Wanafunga saa saba, lakini unaweza ukafungiwa ndani ukaendelea kunywa mpaka huenda hata saa tisa," alijibu.

"Je, unaitwa nani na unakaa wapi?"

"Mimi naitwa Lina Samsoni. Kwetu Nakuru, lakini kwa sasa niko hapa kwa mapumziko kidogo ya mwezi mmoja. Ninaitambua vema Nairobi sababu nilizaliwa, nikakua na kusoma hapahapa mpaka baba alipohamia Nakuru ambako ndiko maskani hasa," alijibu hali akimwemwesa.

"Sijui kama nitakuona tena Lina. Ningependa kukuona mara nyingi kama hutajali."

"Ninaishi Garden Hotel chumba nambari kumi. Unaweza kupiga simu hapo hotelini na watakuunganisha na chumba changu. Alamsiki!" alimalizia hali akisimama kujiandaa kuondoka hapo. Akaondoka.

Nilizungukazunguka kidogo humo ndani kusudi niweze kuona kama naweza kumpata mfanyakazi anayeweza kuaminika kidogo. Nilimwona kijana mdogo hivi, wa umri wa miaka ishirini. Nilitoa noti ya shilingi mia na kumpa. Utafikiria kuwa huenda natumia pesa vibaya, lakini ukitaka cha uvunguni sharti uiname. Kijana kama huyo wakati wa mwambo kama huo ukimpa shilingi mia atakueleza hata yale aliyoyazungumza na mpenzi wake faraghani. Kijana huyo aligutuka sana hata akaniuliza, "Eh! unataka nini, pombe gani?"

"Hiyo fedha nimekupa, chukua ni yako. Sasa tafadhali naomba unieleze habari fulanifulani. Mbona chumba nambari 50 hakina kitanda wala mtu?"

"Hicho chumba hakina mtu kwa sababu kinavuja kwa juu siku za mvua. Na siku hizi kuna manyunyu mengi."

"Kimeanza lini kuvuja?"

"Leo kiasi cha saa nne hivi kama unakumbuka kulikuwa na manyunyu."

"Nambari 51 kulikuwa na mtu?"

"Ndiyo, mtu mmoja toka Uganda aitwaye Fred, ndiye alikuwa amepanga humo kuanzia saa moja asubuhi."

"Kuna mtu yeyote aliyewahi kuingia chumba nambari 50 kutoka nje wakati wa mchana?"

"Ndiyo, mtu mmoja aitwaye Benny alikuja na watu wengine watatu hivi. Waliingia kukitazama kama wanaweza kukiziba, lakini baada ya kukikagua sana walisema hawawezi wakaenda zao. Sifahamu wanakaa wapi." Alimaliza.

"Basi, usimwambie mtu yeyote niliyokuuliza."

SURA YA NNE

Mrembo Lina

Nilipotazama saa yangu, ilikuwa saa sita na nusu. Nilitoka hapo baa na kukodisha gari hadi Starlight. Niliwakuta Robin na Sammy wakiningojea.

Robin hakuonekana mwenye furaha. Nadhani Sammy alikuwa amemweleza mambo yalivyokuwa. Niliamua kupiga simu polisi ili waweze kushughulika na hizi maiti.

"Hapo ni Polisi?" Niliuliza.

"Ndiyo Bwana unataka nini ?"

"Naweza kuzungumza na Polisi lnspekta Tsumah, tafadhali."

"Ngoja kidogo," alijibu.

"Hallo, huyu ni Polisi lnspekta Tsumah. Nani mwenzangu, na nikusaidie nini ?"

"Mimi ni rafiki yako, ambaye ninazo habari za kukugutusha kidogo. Ni kwamba ziko maiti tatu mule Princess Hotel, chumba nambari 51. Nenda ukajionee mwenyewe. Miye sina uhusiano nazo. Kwa heri!" Nilikata simu kabla hajaweza kusema neno jingine lolote.

Nilipiga simu kwa Chifu saa hiyohiyo, nikimweleza kuwa awashauri maafisa wa Polisi wasishughulike sana na mauaji yoyote yatakayotokea hapa Nairobi mpaka tutakapokuwa tumemaliza kazi yetu. Pia, nilimwelezea kuuawa kwa John.

Robin alitoa taarifa aliyokuwa amepewa na vijana wake juu ya Lulu. Alisema, "Baada ya wewe kutoka, Lulu naye alitoka. Mmoja wa vijana wangu alimfuata, na ilionekana

Lulu alikwenda moja kwa moja hadi International Casino. Alipofika huko alisimama nje kwanza. Kisha alitoka kijana mmoja ndani ya International Casino na kuja kuonana naye".

Alinyamaza alipokuwa akimeza mate.

"Walikaa hapo nje kwa muda. Kisha huyo kijana alimpa busu Lulu. Ilionekana kuwa Lulu alikuwa akimtegemea huyo kijana huko Starlight, lakini kijana huyo hakuonekana. Na ilionyesha kuwa Lulu alijua kwamba huyo kijana mara nyingi alikuwa akienda Casino. Alipofika hapo nje kumbe huyo kijana naye alikuwa akitoka. Kijana wangu alifikiria kuwa lazima wawe marafiki. Kijana huyo alionekana nadhifu sana, lakini macho yake yalionyesha uovu mwingi. Kijana wangu hakuweza kusikia waliyokuwa wakisema, ila alibuni kuwa walikuwa wakizungumzia juu ya kitu fulani kuhusiana na klabu ya Starlight.

"Kijana wangu alingoja hapo mpaka walipokuwa wakiondoka. Walipoondoka, kama alivyoripoti kijana wangu, waliingia katika gari moja Zephyr 6 nambari KKK 117. Walipoanza safari ya kurudi mjini kupitia Uhuru Highway, naye aliwafuata. Walienda na kusimama nje ya Hotel lntercontinental na Lulu alitoka nje. Alipokuwa akiingia hotelini, kijana wangu alimsikia Lulu akimwaga huyo kijana kwa sauti, Kwa heri Benny."

Kusikia jina la Benny, nywele zangu zilisimama kidogo, kwani yule kijana wa Princess alikuwa pia ameniambia, kama unakumbuka, Benny alikuwa amekuja kuchunguza kile chumba nambari 50. Katikati yangu na wewe, nadhani Benny ana jambo hapo.

Nami nilimweleza mambo ambayo niliyapata kutoka kwa yule kijana wa hotelini. Nao walianza kuwashuku Benny na Lulu pia. Maana kama nilivyosema awali, kwamba wasichana warembo ni sumu mbaya sana.

Wote tulifikiria kwamba tulikuwa tukianza kuona mwanga kidogo. Lakini hee, makubwa yalikuwa bado yanakuja. Kwani kama huyo Benny na Lulu ndio wanacheza huu mchezo lazima kuna kitu!

Tuliondoka hapo nje ya klabu na kila mtu akakodisha gari kwenda kulala. Tulikuwa tumepanga kupigiana simu kesho yake asubuhi mnamo saa mbili. Robin alikuwa akilala New Avenue Hotel.

Gari niliyokodisha ilinipeleka hadi Hotel Fransae. Kisha niliingia vichochoroni mpaka Embassy Hotel. Kama mtu alikuwa akinifuata, angeweza kufikiria kwamba nilikuwa nikilala Hotel Fransae. Niliingia chumbani kwangu ili nilale. Mawazo yangu yote yalikuwa juu ya mauaji ya John. Niliwaza kumuua huyo aliyemuua John iwapo muuaji huyo hatatangulia kuniua. Kitandani hapo chumbani, niliweka bastola yangu chini ya mto, kwani sikuweza kujua lini watu hao wangenifuata, maana wanaonekana kuwa wajuzi sana.

Asubuhi niliamshwa na mfagiaji, ambaye alikuwa anafagia nje ya mlango wangu, kwa bahati mbaya akagonga mlango huo. Nilipotazama saa ilionyesha kuwa ilikuwa yapata saa mbili kasoro robo. Nilikwenda kuoga na kujiweka tayari kwa kazi ya mchana huo. Saa mbili kamili ilinibidi kupiga simu kwa Sammy na Robin.

Kabla sijapiga, Sammy alianza yeye kunipigia akisema, "Hallo Willy, vipi? Umelala salama leo? Miye mwenzio nilikuwa na ndoto za ajabu na za kutisha. Nadhani kifo cha John bado kinanitisha. Sasa unasemaje, tuanzeje?"

"Sammy, nadhani haya tusiyazungumze kwenye simu, ila mpigie Robin simu umweleze mje hapa hotelini kwangu. Umeshapata kifunguakinywa ama vipi?"

"Bado sijapata, ila nategemea kupata sasa hivi."

"Vema tutaonana saa tatu."

Nililetewa kahawa na kuanza kunywa. Baridi ilikuwa kali sana, ukungu ulikuwa umejaa kote. Siku ilianza kunitisha sana, hata kabla sijafanya lolote. Nilionekana mtu mwenye wasiwasi mwingi sana. Ungaliniangalia asubuhi hiyo, hata wewe ungalinihurumia, ingawaje mimi si mtu wa kuhurumiwa.

Ilipofika saa tatu, Sammy na Robin walifika. "Mimi naona twende City Hall maana maonyesho yanaanza leo saa tano.

Na kama hamjui, leo ni sikukuu ya kufungua maonyesho. Kwa hiyo, watu kote nchini wanapumzika hawaendi kazini. Na kwa sababu Lulu anasema ni mwonyeshaji mavazi, basi lazima atakuwepo. Na kama kweli Benny ni rafiki yake, hata yeye atakuwepo hapo City Hall na kutokana na msongamano huenda tukafahamu lolote," alisema Robin.

Gazeti Ia *Daily Nation* lilikuja, na baada ya kuliangalia ilionekana mengi hayakuandikwa juu ya hivyo vifo. Maana waliandika tu ya kuwa "watu watatu walikutwa wamekufa katika chumba kimoja Princess Hotel. Polisi bado wanafanya uchunguzi," basi. Tulifikiria kuwa Mkurugenzi wa Usalama Kenya alifanya kama tulivyokuwa tumeomba.

Saa nne na nusu tuliondoka kuelekea City Hall. Sammy alibeba kamera na kuonekana kuwa mpigaji picha hasa. Miye nilionekana kama Mwandishi wa Habari. Tulikuwa tumechukua vitambulisho vyetu. Tulipofika 'City Hall', baada ya kuonyesha vitambulisho vyetu, tulikuta siye tumepewa viti huko mbele, karibu na jukwaa kusudi tuweze kuangalia na kuchukua picha vizuri. Mimi na Sammy tulikaa karibukaribu na Robin alikaa mbali kidogo nasi.

Robin alikuwa ameisha fanya mpango na vijana wake kuwa karibukaribu katika huo ukumbi, kusudi ikiwa wataweza kuona lolote waweze kusaidia.

Kitu kilichokuwa kinaniuma ni kutaka kujua zilikokuwa hizo karatasi za siri. Pili wakati gani wamepanga kuzibadilisha. Na tatu wapi ambako haya makabidhiano yangefanyika.

Mpaka hapo tulikuwa tumekwisha hakikisha kuwa Chifu alivyobashiri itakuwa sawa. Maana mpaka hapo ilionekana ni watu wa Afrika ya Mashariki waliotuandama. Kule kujua kwao kwamba siye tumefika Nairobi na kuanza kuwasaka, kungefanya waharakishe kuzibadilisha hizo karatasi. Kitu ambacho hatutaki kitokee. Unaweza kuona mwenyewe jinsi muda ulivyokuwa mbaya. Akili zetu zilivurugika kama nini sijui.

"Hujambo mwananchi?" nilisikia sauti kwa nyuma yangu ikinishtua sana kwa maana nilikuwa katika mawazo mengi.

Nilipogeuka nikakuta ni mtu ninayemfahamu ambaye alikaa muda mrefu sana Dar es Salaam. Huyu alikuwa Peter, ambaye naye alikuwa mpigania uhuru na sasa akiwa ameletwa Nairobi kufanya kazi.

"*Hallo* Peter, habari? Mimi ni Joe Masanja, nimekuja hapa kama mwandishi wa habari juu ya maonyesho ya mavazi. Na huyu ni Athumam Hassan, mpigapicha."

Peter alijua nilikuwa na maana gani sababu ananijua, na anajua kazi yangu ni nini.

"Mmefika lini hapa? Lazima liweko jambo," alininong'oneza.

Kisha aliandika habari kwenye karatasi na kunipa. Humo aliandika maneno haya.

Je, mmekuja kuchungunza kuhusu tukio la jana? Nimeambiwa na Ofisi ya Dar es Salaam nisaidie. Kama ndivyo, basi niko tayari kuwasaidia.

"Tulifika jana hasa!" nilijibu.

Peter alielewa, kisha alibana akaja kukaa na sisi. Alikaa upande wangu wa kulia na Sammy upande wa kushoto.

Baadaye nilimwona Lulu anaingia akiwa na Benny. Nilimwuliza Peter, "Ati unawajua hawa?"

"Siwajui, ila tu nimewahi kumwona yule Benny katika mabaa fulanifulani tangu nifike hapa Nairobi. Kama ukipenda kujua jambo lolote juu yake hiyo ni kazi rahisi. Ninaweza kukupatia habari kabla ya usiku wa manane leo."

"Nitafurahi sana ukifanya hivyo na watu wako."

Peter alionekana mwenye kuhuzunishwa sana na jambo hili akiwa ni mpigania uhuru.

Baadaye Lina naye aliingia. Alikuwa peke yake kama kawaida. "Ulipata kumwona yule?" Nilimwuliza Peter.

"Ndiyo! Yeye ni Lina Samsoni."

Lina alikuwa msichana tofauti sana na wasichana wengine.

Sura yake ilikuwa ya kupendeza vya kutosha, kama nilivyosema awali. Lakini licha ya Lina kuwa mzuri wa sifa hivyo, hakufua dafu kwa Lulu, kwani Lulu alikuwa 'lulu' kweli.

Pia, Peter alisema utamkuta Lina siku zote peke yake kwenye mabaa akinywa soda akichanganya na Baby cham. Hivi ndivyo hata mimi nilimkuta usiku uliopita. Lina alituona, akaja moja kwa moja na kutusalimu. Kisha akanipiga ukope akaenda kukaa mbali nasi kidogo.

Wakati Benny alipoingia na Lulu kila mtu aligeuka kuwaangalia. Lulu alitembea kwa maringo sana na Benny alionekana akifurahia kuona kila mtu akimwangalia wakati wakifuatana na mrembo huyo wa kushtua. Hata mimi nilimwonea wivu. Maana nilitamani niwe mimi badala yake nitembee na mrembo huyo. Lina alimwangalia sana Lulu.

Nikaona huenda alikuwa pia, akimwonea haya Lulu.

Nilitambua kuwa Lina anamfahamu Benny, kwani Benny alipokuwa anapita na Lulu, alipomwona Lina amekaa karibu na mahali walipokuwa wakipita, alitazama chini. Kwa hiyo, niliona itakuwa vizuri kama nitafanya urafiki na Lina maana naweza kupata msingi mdogo wa kutusaidia. Pia, niliona Lina angeweza kusikilizana na mimi, kwani kama nilivyosema alinipiga ukope kuonyesha dalili ya urafiki.

Maonyesho yalipoanza, wanawake walianza kutokeza mmoja mmoja wakionyesha mitindo ya kila aina. Kulikuwa na wanawake kutoka karibuni kote ulimwenguni wakitoa mitindo mbalimbali. Niliandika kikaratasi na kumpa Sammy akiangushe katika mapaja ya Lina, wakati akijifanya kama kwamba anatafuta mahali pazuri pa kupigia picha. Niliandika, "*Tafadhali tuonane nje, kwenye mlango mkubwa , kama dakika kumi kabla ya watu wote kutoka. Angalia watu wasifahamu unaningoja mimi.*"

Sammy alikiangusha kama nilivyomwelekeza. Baada ya kusoma bila mtu kujua, aliniangalia na kutikisa kichwa, kuonyesha kuwa amekubali. Naye alianza kuandika kwenye kikaratasi. Akakitupa mbele ya Sammy alipokuwa anarudi,

Sammy alijifanya ameangusha kasha la *film* akainama na kukiokota hicho kikaratasi pamoja na kasha lake. Niliposoma nikakuta maneno haya,

"Ndani ya gari langu jeusi No. KKT 581 - Mazda Deluxe, kulia mwa mlango mkubwa." Basi niliona mambo yote yamekuja kama nilivyopanga. Lakini ukavu wa macho ya Lina ulinitisha kiasi cha kwamba woga ulinienea kidogo. Lakini kwa sababu sikuwa mwoga kama wewe, sikujali lolote, litakalotokea baadaye.

Lulu alijitokeza. Alipotokea kwenye jukwaa kila mtu alipiga kelele, kwa vifijo na ushangiliaji wa ajabu. Lulu aling'aa kama nyota. Alionyesha mtindo wake unaoitwa '*popcorn*'. Wachukuaji wa picha walichukua picha kwa fujo sana.

Alipokuwa anarudi kwenye chumba wanachotokea, Robin alipita karibu ya mguu na kudondosha kikaratasi. Nikakisoma. Kilikuwa kimeandikwa:

"Mjiangalie sana. Maana yametokea mauaji mawili tayari humu ndani wakati Lulu alipotoka na watu walipokuwa wakipiga kelele na kushangilia vibaya sana. Vijana wetu tuliokuwa tumewaweka kuviziavizia. Wawili wao wameuawa. Inaonekana waliona jambo fulani ambalo limewaponza. Mweleze na Athumani la sivyo na siye tutakufa."

Loo! Wasiwasi ulinizidi sana. Sammy alipokuja karibu yangu nilimweleza mambo yalivyokuwa. Zilikuwa zimebaki kama dakika kumi na tano hivi maonyesho ya asubuhi yaishe. Hivyo, tukafungashafungasha vijitabu vyetu tuondoke. Tulimuaga Peter baada ya kumweleza ninakokaa. Tulitazama huku na huko kwa mashaka makubwa sana. Nadhani hata wewe unaweza kufikiria mawazo tuliyokuwa nayo.

Tulipofika mlangoni, nilibahatika kumwona Benny amesimama na kijana fulani akimweleza mambo fulanifulani na huku akitutazama kwa usiri mno. Nilijua alikuwa akimwambia huyo kijana atufuate. Hivyo nilimweleza Sammy abaki nyuma kidogo ili niweze kuwapoteza wasije wakajua ninatoka na Lina.

Peter alikuwa kwenye dirisha moja la *Hall* na akaniona nilipokuwa nikiingia katika gari la Lina, akanipungia mkono. Nadhani aliweza kupata nafasi ya kukisoma kikaratasi cha Lina. Sikujali, Peter kufahamu hayo. Kwani na yeye ni mtu wetu.

"Mtu yeyote amekuona?" Nilimwuliza.

"Hapana, huenda wamekuona wewe." Alijibu. "Sidhani kama wameniona."

Lina alitia moto, tukaondoka. "Tupitie njia ipi?" Aliuliza. "Twende moja kwa moja mpaka Embassy Hotel."

Lina aliendesha gari mpaka tukaingia Kenyatta Avenue. Nilipotazama nyuma, niliona gari moja kana kwamba linatufuata. Kutaka kuhakikisha nilimweleza Lina badala ya kuingia Koinange, akate kona na kuingia Uhuru Highway halafu aingie Haile Selassie Road, Government Road ndipo turudi Kenyatta Avenue. Kisha tuendelee na safari yetu. Kusema kweli hili gari lilikuwa linatufuata maana kuzunguka kote huku nalo lilikuwa bado linazunguka kutufuata tu. Tulipofika kwenye kona ya Kenyatta Avenue nilimwambia Lina asimame, aliposimama hilo gari nalo likasimama karibu sana nasi.

Nilitoka nje nikamfuata dereva wa gari hilo nikamwambia, "Sikiliza bwana mdogo, miye sitaki kufuatwafuatwa. Sikuzoea mambo hayo. Na kama huyataki meno yako zaidi kunifuata. Kamwambie huyo mume wako aliyekutuma kuwa kama anataka kunifuata aje yeye mwenyewe ajionee. Kama unataka usalama, tia gari lako moto uende zako."

Kijana huyo hakuwa na la kufanya ila kufanya kama nilivyomwambia. Akaenda zake. Nilirudi katika gari na Lina akaendesha mpaka Embassy Hotel.

"Sikiliza Lina, nenda ukalipaki hili gari mbali na Embassy Hotel kusudi hawa wahaini wasijue tuko hapa wakatufuata."

Baada ya kupaki gari, Lina alikuja tukapanda mpaka kwenye chumba changu.

"Sijui kwa nini naonekana kukupenda. Maana tangu jana mle Princess Hotel, baada ya kutoka na kukuacha humo, usiku mzima sikulala ila kukufikiria wewe tu," alisema Lina hali akijilaza kitandani. "Oh! Joe, mpenzi nakupenda sana ingawaje unaweza kuniona kuwa miye malaya kwa kukufuata baada ya kuonana siku moja tu. Lakini lazima ujue kuwa mtu unaweza kuwa hujapenda, lakini akaja mtu mgeni ukampenda kufa. Hapa Nairobi nimeishawahi kufanya mapenzi na mtu mmoja tu, ambaye anaitwa Benny Makunda. Lakini hata siku moja sikuweza kukosa usingizi juu yake, kama nilivyokosa juu yako jana. Ningejua unakaa hapa, ningekufuata."

"*What!* unasema kweli, ama tu kunidhihaki? Hata mimi nimekupenda Lina. Tangu jana tabia yako ya utulivu na kiburikiburi niliipenda sana. Maana mimi napenda watu kama hao, hasa wasichana."

Loo! Hapa niliona mambo yanakorogana sana. Benny aliwahi kuwa mpenzi wa Lina. Na Benny ndiye tuliyekuwa na mashaka naye vibaya sana. Huyu kijana anaonekana ni championi kwa wanawake, kwani sasa anatembea na Lulu. Huyu msichana Lina ananitania ama vipi? Ndiyo sasa yalikuwa mawazo yangu. Lakini yote hayo nitafahamu muda si mrefu kwani naweza kumsoma msichana kama Lina vizuri sana.

Kumbe unamfahamu Benny, hata amewahi kuwa mpenzi wako?" Nilimwuliza.

"Ndiyo, " alijibu.

"Mmeachana tangu lini?"

"Kuna huyu msichana wanayemwita Lulu. Msichana huyu anatoka Uganda na huwa yuko huku mara nyingi sana. Sura yake kama ulivyoiona inawavutia wavulana wengi sana. Alipokuja huku mwezi wa jana, Benny alimuona, na wakaanza mapenzi. Mwishowe, Benny hakunijali tena. Nami kwa tabia yangu nikaona siwezi kupenda mtu ambaye hapendeki. Hivyo nikamwacha."

"Kwanza nilimwonya Benny asitembee na Lulu kwani Lulu ingawaje ni mzuri kiasi cha kutisha namna ile, lakini ni hatari sana kwa mambo ya ukahaba. Lakini baada ya muda mfupi Lulu alirejea Uganda. Benny akarudi kwangu sasa. Lakini miye sikumtaka tena. Benny ana fedha na ana fedha nyingi. Anazitoa wapi, sijui, lakini ana fedha. Kazi yake ni dereva wa teksi tu. Anaendesha teksi yake moja Mercedes Benz. Nilipomkataa Benny alinibembeleza sana, lakini nikakataa tu bado. Aliniahidi kuwa angalininunulia gari moja aina ya 'Citron' mwezi huu, maana atakuwa Ugiriki mwezi huu. Miye nilizidi kukataa tu. Na nilikuwa nimeapa hata siku moja sitafanya mapenzi na mvulana tena. Nilikuwa nafikiria kwenda kuwa mtawa. Bahati nzuri au mbaya ndipo akaja huyu kijana ambaye amenifanya hata sikuweza kulala. Oh, kweli mama aliniambia, usimpende mgeni, lakini mimi hata, nitakupenda tu," alimalizia Lina.

Bado mimi sikumwamini hata punje.

"Benny alikwambia hiyo fedha angeitoa wapi?" nilimwuliza.

"Alisema ati alikuwa na rafiki zake huko ng'ambo ambao wangemletea fedha hiyo. Benny anafahamiana na Wazungu wengi sana," alisema kwa mashaka kidogo.

Ubaya wa huyu msichana ni kuwa huwezi kumwelewa kidogo kwani anaposema, husema kwa utulivu mno kiasi kwamba huwezi kumtambua yuko upande upi.

"Unaweza kuwatambua Wazungu hawa ukiwaona?"

"La, wengi wao wameisharudi kwao. Ndiyo sababu nakueleza kuwa, watamtumia pesa kutoka ng'ambo waliko," alijibu.

"Unafikiri ni Wazungu kutoka upande gani?"

"Sijui maana mimi nilikuwa sihusiani nao sana."

"Ni wanaume au wanawake?" nilimwuliza huku nikijifanya siyajali sana mazungumzo yake haya.

"Lo, Joe, mimi sikuja hapa kujibu maswali juu ya Benny. Mimi nimekuja kwa sababu napenda kuzungumza juu ya maisha yangu na wewe na kufanya mapenzi. Kama unatafuta wanawake wa Kizungu, ambao Benny hutembea nao, ni rahisi sana kuwapata hapa Nairobi. Na kwa vile wengi wamekuja kwenye maonyesho, nenda tu ujipige utapata," alijibu kwa uchungu sana na hasira.

"Si hivyo Lina. Sina haja na wanawake wa kizungu, ila tu nilitaka kufahamu mengi juu ya Benny, kwani anaonekana anawakosha sana wasichana. Mtu wa kuweza kumuacha msichana wa haiba kama wewe, lazima awe mwamba hasa."

"Lakini utanipenda kweli, Joe?" alisema huku machozi yakimtoka.

"Ninakupenda sana Lina. Na sasa ninaanza kukuelewa na kukupenda zaidi. Je, Benny anakaa wapi?"

"Benny nakaa huko Westlands, karibu na maduka. Nyumba *Plot No. 3* pembeni mwa Nakuru Road, baada ya kuvuka Motel Agip. Au kwa urahisi karibu na Sclaters Hostel."

"Mpenzi Lina, nataka kukuambia ukweli sasa. Mimi si Joe Masanja, mimi ni Willy, Willy Gamba. Lina alikuwa amelala kwenye kitanda, lakini nilipotaja hilo jina, aliruka na kusimama mbele yangu huku akionyesha hali ya kushangaa sana.

"Mimi ni mpelelezi wa ldara ya Uchunguzi ya Tanzania." Nilitoa kitambulisho changu cha upelelezi. "Usishtuke Lina. Kaa chini na huenda toka sasa tutaelewana vizuri zaidi. Na huenda toka sasa ukanisaidia." Nilienda kukaa karibu naye hapo kitandani.

Alinivuta, akaanza kufungua tai yangu, kisha shati langu, halafu suruali yangu … tukajilaza.

SURA YA TANO

Hatari City Hall

"Wuuuuu, Willy, Willy Gamba, umesema ndiye wewe! Loo! Siamini masikio yangu. Ni wewe kweli, kweli! Nimesikia jina lako mara nyingi. Nimesikia sifa zako. Nilikuwa nikidhani ni hadithi tu kama tunazosoma katika vitabu. Sikufikiria wala kuota kukuona. Nimesoma habari zako katika magazeti, lakini nilikuwa sijaota ya kuwa naweza siku moja nikalala kitandani na Willy Gamba," alisema Lina huku akitetemeka na kunibusu. "Nini kimekuleta sasa hapa, Willy?" aliuliza.

Nilifikiria sana kama naweza kumwambia. Mwishowe, nikakata shauri nimwambie kwani siye nyakati nyingine huwa tunaropoka kusudi tuone nini kitatokea. Mara nyingi huwa tunajitega wenyewe, halafu tunatafuta njia za kujinasua tena. Hivyo nilimweleza mambo yote tangu mwanzo mpaka mwisho. Pia, nilimweleza jinsi tunavyomfikiria Benny. Na jinsi ambavyo tumenusurika usiku wa jana.

"Jana usiku nilipokuwa nikitoka nilimwona Benny hapo nje ya Princess katika gari moja ya kimarekani, Pontiac. Yeye hakuniona." aliniambia Lina.

Kama Lina anasema kweli, basi Benny ndiye alipanga mambo ya mauaji ya John. Na kama nilivyokwisha ahidi chuki na uchungu viliniingia ya Benny.

"Je, unamjua rafiki yake yeyote wa Kireno, au wa Afrika Kusini?"

"Hapana, lakini naweza kukusaidia ukitaka." Alijibu.

"Kukuambia ukweli Benny si mchezo. Anatembea na bastola na kila nilipokuwa nikimwuliza ni za nini, aliniambia kuwa ni za kujikinga kutokana na maharamia, maana akiwa na teksi wanaweza kuikodisha halafu kufika njiani wakakunyang'anya, hasa mtu mwenye Benz kama yeye. Tena akipiga risasi zake hazikosi. Maana siku moja tulikwenda msituni kuwinda katika Bonde la Ufa, ndipo nilimtambua.

Tulikuwa na mdogo wake ambaye alibeba chupa za fanta ndogo. Basi, alikuwa anaweka hizo chupa kwenye kichwa cha mdogo wake na kuanza kupima shabaha kwa bastola. Ajabu ni kwamba hakuweza kumjeruhi mdogo wake hata kidogo. Na aliniambia kuwa huwa anafanya haya mazoezi mara mbili kwa juma. Hivyo nakusihi Willy usimwendee ovyo.

"Asante sana kunionya Lina, maana kama ningelikurupuka huenda hata mimi ningeyala marisasi kama rafiki yangu John."

Mara simu ililia. "Huyu ni Peter anazungumza, ni Joe huyo?"

"Ndiyo Peter, unataka nikupe hadithi gani?"

"Sikiliza Joe, nina habari. Nimepata habari kamili juu ya maisha ya Benny. Benny anakaa Westland '*Plot No. 3*' karibu na Sclaters Hostel. Yeye ni dereva wa teksi. Anaendesha teksi moja aina ya Mercedes Benz. 280SE, nambari KKZ 601. Rangi yake ya kijani. Benny anafahamika kuwa kijana tajiri sana, maana hilo gari lake linapendwa na watu wengi hasa watalii. Hivyo, anafahamiana na watalii wengi sana. Amesoma mpaka darasa la kumi na nne. Kisha, akaenda nchi za Ulaya, ambako inasemekana hakufanya vizuri katika mtihani wake ikampasa arejee. Amewahi kukaa Ureno kwa muda fulani. Ni kijana fundi sana katika kutumia bastola. Ana shabaha za ajabu. Walimwomba aende jeshini akakataa. Polisi huwa wana mashaka naye kuwa huenda akawa naye ndiye mmoja wa magaidi wa hapa Nairobi, wanaonyang'anya mali katika maduka makubwamakubwa na benki. Lakini hawajawahi kumshika ila wanafikiria tu. Hajapelekwa kortini hata siku moja. Tabia yake ni ya utulivu sana, lakini ni shupavu sana na mvumilivu wakati wa shida. Wasichana wengi sana wanakufa kwake kwa sababu ana sura nzuri, kama ulivyomwona. Kwa kifupi ndivyo mambo yalivyo."

"Asante Peter, endelea kufanya uchunguzi uwao wote ambao unaweza kutusaidia."

"Miye nitajaribu kila njia ya kuwasaidia. Na kama una shida nyingine yoyote unaweza kunieleza tu. Kwa heri mpaka wakati mwingine."

Nadhani hata kama huwa unatumia makamasi badala ya ubongo, unaweza kuona mambo yanavyokuja yenyewe. Benny anafahamu kutumia bastola vizuri sana. Kwa hiyo, Benny analo kundi la watu ambao amewafundisha namna ya kutumia bastola. Nao wamekuwa stadi kama yeye. Benny amekaa Ureno kwa muda, na alipokuwa huko alifanya urafiki na watu wa huko na hata akaweza kutumia bastola vizuri sana. Ni wazi kuwa hao Wareno wamejua habari za hizo karatasi za siri. Wakakata shauri waziibe.

Wamejaribu wao wenyewe na kushindwa. Waliposhindwa na kuona wao hawawezi kuziiba wakatafuta majambazi wa hapahapa Afrika ya Mashariki. Kwa sababu wanamjua Benny na amewahi kuwa rafiki yao wakamwendea. Walipomwendea Benny akaona hawezi maana hana fedha ya kutosha. Lakini Benny anajua kundi kubwa la majambazi, kwa hiyo akaenda kumwambia Bosi wa hayo majambazi juu ya wizi wa karatasi hizo na pia, kuahidiwa kupata fedha nyingi sana. Huyo bosi akakubali.

Kisha akamfanya Benny mkubwa wa genge hilo. Akapewa pesa, gari na kila kitu. Sasa shida ikawa watazipataje, kwa hivyo wakatafuta mtu mwenye kujua habari nyingi juu ya hizo karatasi na kuwapa mambo yote.

"Umeona basi mambo yalivyo? Kufika hapa sasa naanza kuona mwanga. lla kuna maswali ya kujiuliza. Je, huyu bosi ni nani? Je, nani aliye na karatasi sasa? Tutawashikaje maana wameisha tufahamu. Huyu aliyetoa habari ni nani? Na wakati gani hivi vitu vitabadilishwa? Na nani aliyekuja kuzichukua hizo karatasi toka Ureno?"

"Ukinijibia maswali haya, nadhani tutakuwa tumemaliza kazi yetu. Lakini rafiki yangu, inaonekana kabla hatujayajibu maswali haya, tunaweza kuwa wote tumeisha kufa, maana kuyajibu, kuna maana ya ua au uuawe. Ureno, hii ni kazi ya Ureno. Kwa hiyo, lazima mwenye kuzichukua kuzipeleka Ureno ni mwenye asili ya Kireno. Na kama kubashiri kwangu ni sawa naona tunaweza kufanya kitu, lakini kama ndiyo nimekosea, basi tumekwisha kazi kabisa."

"Lina," nilimwita hatimaye, "tafadhali jaribu kuchunguza lini Benny alianza kuwa dereva wa teksi. Pili, lini ameanza kukaa huko Westlands, maana najua ni watu wenye fedha sana tu wanaoweza kukaa huko. Tatu, kama unaweza, jaribu kupata habari za watu anaotembea nao Benny siku hizi. Ukiwa kama msichana wake wa zamani, ukijifanya ndio unampenda. Kwa hiyo unajaribu, mrudiane nadhani unaweza ukapata majibu ya maswali yangu. Pia, jaribu kuchunguza ni wazungu wa kutoka wapi hao rafiki zake."

Niliagana na Lina, akaenda zake. Nilijilazimisha kumwamini. Na kama nilikuwa nacheza na moto, Mungu ndiye anayejua. Kwani Chifu alisema, "Mara hii usimwamini mwanamke yeyote."

Mnamo saa nane, Sammy alikuja chumbani kwangu. Akanieleza. "Unajua Willy, huyu msichana Lulu pia, ni hatari. Maana alipokuwa akitoka kuonyesha mavazi anafanya maringo kiasi cha ajabu hata watu wote kushangilia na wakati wanaposhangilia ndipo watu wetu wanauawa."

"Kwa hiyo, inaonekana kuwa kila Lulu akitoka hawa watu wameona hatari kwa upande wao hivyo hupeana ishara, Lulu anatoka, watu wanashangilia, wao wanaua!"

"Sasa wewe unafikiri tutaendelea vipi?" nilimwuliza baada ya kumweleza yote niliyokuwa nimeambiwa na Lina pamoja na Peter."

"Mimi naona kuwa twende kwenye maonyesho ya saa kumi. Na twende tukitahadhari sana. Kitu tutakachotafuta ni mtu anayeruhusu hao wanawake kutoka. Tukimfahamu, basi tunaweza kujua mengi. Na pia, lazima tumpate Lulu tuweze kujua anajua kiasi gani cha habari hii."

"Nilikubaliana na mawazo ya Sammy, kwa hiyo tulimpigia simu kumweleza jinsi tulivyokuwa tumekwisha kata shauri la kwenda maonyeshoni saa kumi. Naye alituambia kuwa angekuja kutupitia hapo chumbani kwangu. Mpaka sasa tulikuwa tumejua kuwa wameisha fahamu, la sivyo wasingelinifuata wakati nilipokuwa nikija Hotelini na Lina.

Robin akaja saa tisa na nusu, tukaanza safari kwenda zetu 'City Hall.' Kila mtu alikuwa amechukua bastola kwapani mwake kama ingekuwa lazima zitumike.

Tulienda, tukakaa kwenye viti vyetu vilevile vya asubuhi. Peter naye alikuja akakaa karibu yetu tena. Lina hakuonekana mchana huo, watu wengi walikuwa wamekuja huo mchana na ukumbi wote ulijaa.

Kama kawaida ya Lulu na Benny walikuja wamechelewa kidogo. Kila mtu alipiga makofi walipokuwa wakipita. Lulu alivaa '*mini*' moja iliyoonyesha mapaja yake kwa uwazi mno.

Kabla hajaenda kwenye chumba cha kubadilishia nguo. Lulu alimvuta Benny wakaja moja kwa moja mpaka tulipokuwa tumekaa mimi, Sammy na Peter. Benny hakuwa na furaha alipotuona. Alionyesha kicheko, lakini kicheko chake kilikuwa cha kinafiki.

"Nadhani hamtajali kama nikiwafahamisha kwa rafiki yangu huyu," alisema Lulu.

"Hatutajali," alijibu Sammy.

"Huyu anaitwa Benny Makunda, dereva wa teksi na ni rafiki yangu." Kisha aligeuka kwa Benny akasema, "Na huyu ni Joe Masanja, yule ni Athumani Hassani, wote Waswahili toka Mwanza, wamekuja kwenye maonyesho ya mavazi hapa petu, maana wao ni waandishi wa habari."

"Nimefurahi kuonana nanyi. Bila shaka mnaipenda hali ya hapa petu Nairobi," alisema Benny, huku tukishikana mikono.

"Nasi pia, tumefurahi sana kukutana nawe. Na hali ya hapa inaonekana kuwa baridi, lakini tunaipenda," nilijibu kwa niaba ya wenzangu.

"Mtakaa hapa muda gani?" aliuliza Benny akinikazia macho.

"Mpaka mwishoni mwa wiki," nilimjibu.

"Na mkitoka hapa mtarudi Mwanza, ama mtaenda mahali pengine?" aliuliza Lulu.

"Tutaenda Kampala," nilijibu huku nikitabasamu kidogo.

Nakwambia tabasamu la Lulu, ni hatari, maana alipotabasamu nikasisimkwa na damu vibaya sana. Lulu na Benny walitupiana macho kisha wakatuaga, wakaenda zao.

Maonyesho yaliendelea kama kawaida. Nilitoka hapo nilipokuwa nimekaa nikaenda pande za ukutani ambapo ningeweza kuona vizuri Benny anafanya nini.

Nilimwona Benny akizungumza na Lulu katika chumba kimoja cha kubadilishia mavazi, maana mlango ulikuwa umefunguliwa. Kisha alimwendea kijana mmoja ambaye alikuwa amevaa vizuri sana huku akivuta mtemba. Huyo kijana, kule kumwona tu, utakiri kuwa ni mwungwana sana.

Walizungumza kwa muda mfupi kidogo, lakini huyo kijana alionekana hapendelei hayo mazungumzo, kwani alikuwa na wasiwasi sana. Baadaye nilikuja kutambua kuwa ndiye mratibu wa kuruhusu wanawake kutoka katika chumba cha kubadilishia mavazi kwenda kwenye jukwaa. Wanawake walikuwa mara kwa mara wakitoka na kuingia.

Mwishoni, nilimwona Benny akirekebisha tai yake kwa kuivutavuta, baada ya kijana fulani kupita karibu naye na kumpa kijitabu. Wakati huo wote huyo kijana alikuwa akiendesha mpango wa jukwaani alikuwa akimwangalia Benny baada ya kila nusu dakika. Hatimaye, kijana huyo alikimbia moja kwa moja hadi kwenye chumba cha kubadilishia mavazi na kuzungumza na Lulu. Ilionekana ilikuwa zamu ya msichana mwingine kutoka, lakini huyo kijana alibadilisha mpango na kumfanya Lulu atoke yeye muda huo.

Moyoni nilijua kuna jambo, kutokana na tulivyoelewa asubuhi. Nilijiweka tayari, maana ilionekana huenda mimi ndiye nimetiliwa mashaka. Kwani wanaweza kuwa wameniona nikichunguza mienendo ya Benny, alipokuwa akizungumza na kijana wa kwenye jukwaa pamoja na Lulu.

Lulu alipotoka alikuwa amevalia mufti. Mara hii alikuwa ameonyesha mtindo mwingine unaoitwa *love at night*, yaani 'mapenzi wakati wa usiku.' Kweli ulitisha, kwani mwili wa ndani wa Lulu ulikuwa ukionekana kabisa! Kitambaa cha vazi hilo kilikuwa kama kioo. Ungeweza kuona ndani bila taabu hata kidogo. Umati mzima ulipiga kelele, na watu hawakuweza kuinua macho yao, maana kama unataka kujipatia taabu wewe mwangalie huyo mtoto kwenye jukwaa.

Kwa sababu mimi nilikuwa na mashaka sikuwa kipofu. Niliangaza huku na huko. Ghafla nikasikia mtu anaanguka nyuma yangu huku ameshikilia bastola karibu kufyatua. Watu hawakutambua maana kila mtu macho yake yalikuwa kwenye jukwaa. Nilipoangalia nyuma niliona mtu huyo amekufa kwa kupigwa risasi. Kabla sijakimbia toka hapo, na bado Lulu anavutia watu kwenye jukwaa, Sammy alipita na kuniangushia kijikaratasi. Niliangaza nione Benny aliko sikumwona. Kwa hiyo niliharakisha kutoka kwenye maiti hiyo na kukimbia hadi nilipoketi awali kabla ya mtu yeyote kutambua.

Lulu alichukua muda mrefu kwenye jukwaa, hivyo alinipa muda wa kuweza kurudi na kukaa bila mtu kutambua. Kwani wakati huo Lulu bado anawapa watu wote moto kiasi cha kutojitambua.

Nilikaa na kusoma kikaratasi hicho. Utashangaa nikikueleza. Mtu huyo aliyepigwa risasi nyuma yangu nilidhani ni mmoja wa vijana wa Robin kumbe hapana. Huyu mtu alikuwa anakuja kuniua mimi. Maana walikuwa tayari wametambua kwamba nilikuwa nikichunguza mienendo ya Benny. Kwa hivyo walimkonyeza Benny. Naye Benny akapanga namna ya kuweza kunitupilia mbali. Mtindo wao waliotumia ni uleule. Benny anampa ishara yule kijana wa kwenye jukwaa halafu kijana huyo anamtoa Lulu nje. Kisha Lulu anapofika kwenye jukwaa anawatia watu wote moto kiasi cha kutojitambua. Ndipo watu wa Benny wanapopata muda wa kuua mtu wao wanayemtaka bila kutambuliwa wakitumia bastola iliyo na kiwambo cha kuzima mlio.

Mpango huohuo ndio uliotumika kutaka kuniua. Lakini bahati nzuri, Sammy alishikwa na mashaka. Wakati Lulu alipotokeza aliniona mimi nimekaa mahali wanapoweza kunidhuru vizuri sana. Kwa hiyo, yeye aliweka macho yake yote kwangu. Punde si punde kumbe alikuwa sawa. Jamaa mmoja alitokea kwenye mlango mmoja unaotokea chooni, ili aje animalizie mbali. Basi, alikuja taratibu. Alipofika karibu akatoa bastola ili kufyatua. Kumbe Sammy naye alikuwa ameisha mtilia mashaka akamuwahi kabla hajafyatua. Alikufa papo hapo bila mtu yeyote kutambua na Sammy akapita mahali pangu na kunitupia hicho kikaratasi bila kutambulikana. Kisha tukaenda mahali petu bila kutambuliwa.

Benny aliingia kutoka nje wakati Lulu alipokuwa akitoka kwenye jukwaa kurudi kwenye chumba cha kubadilishia mavazi. Benny aliponiona alishtuka sana. Rangi ikambadilika, nywele zikamsimama na jasho likamtoka. Akaenda moja kwa moja upande wa chooni. Nilimwangalia kwa usiri sana. Alipoiona hiyo maiti ya mtu wake, akajiuma vidole na kwenda zake kwenye kundi, ndipo watu wakaigundua maiti hiyo.

"Polisi waliitwa mara moja kila mtu akaanza kuulizwa-ulizwa maswali. Mapolisi walianza kukagua waone iwapo alikuwepo mwenye bastola. Siye tulifahamu kuwa jambo linaweza kutokea kwa hiyo bastola zetu tulikuwa tumeishampa mmoja wa vijana wa Robin na alikuwa ametoroka nazo tayari.

Huyo kijana wa kwenye jukwaa alipoulizwa na polisi kama alimwona mtu upande huo, mara moja alinitaja mimi. Polisi walinijia kuniuliza.

"Wewe ni nani?"

"Mimi ni Joe Masanja, mwandishi wa habari za maonyesho ya mavazi toka Mwanza," nilijibu.

"Kwa nini ulikuwa umesimama upande ule wakati maonyesho ya mavazi yakiendelea na hali watu wengine wote walikuwa upande huu?"

"Mimi kama mwandishi wa habari, niko huru kusimama mahali popote ninapoona ni pazuri kuwezesha kutazama mambo yote na kuandika kwa ufasaha." Nilimwambia huku nikionyesha hasira kidogo.

"Je, ulimwona mtu yeyote akipigwa risasi karibu na wewe?"

"Hapana!"

"Je, maiti hiyo ilikuwepo wakati ulipoenda kusimama pale?"

"Hapana!"

Walianza kunikagua na wakanikuta bila ya silaha yoyote. Kijana wa kwenye jukwaa alikuja akaulizwa kama aliniona nikiwa na mtu yeyote hapo pembeni, akasema hakuona.

"Je, ulirudi wakati gani mahali pako, yaani hapa ulipo sasa?" Waliendelea kuuliza.

"Nilirudi baada ya kuandika mambo yangu ambayo nilikuwa nahitaji."

"Kama dakika ngapi hivi zilizopita?"

"Sikutazama saa, lakini ni wakati huyo msichana aliyeonyesha mtindo wa *love at night* alipokuwa akiingia tu kwenye jukwaa."

Waliniacha, wakaendelea na kuwahoji watu wengine. Sammy alikuwa ameniokoa tena, la sivyo ningalienda kumsalimu babu yangu huko ndani ya udongo.

Maonyesho yalifungwa mpaka kesho yake saa kumi. Hii niliona itatupa muda wa kufanya kazi kama vichaa. Na niliapa lazima nimpate Benny na vikaragosi vyake kabla hajafaulu kunitupilia mbali. Maana mara mbili sasa ninaponea chupuchupu.

Watu walipokuwa wakitoka, mimi nilikuwa nikimvizia huyo kijana wa kwenye jukwaa. Alipotoka tu nikamfuata. Huku nilimwacha Sammy na Robin waendelee na uchunguzi mwingine. Huyo kijana aliingia kwenye gari na kuanza kuondoka. Alikuwa peke yake humo garini. Mimi nilichukua gari moja niliyokuwa nimefanya mpango na Idara ya Uchunguzi inipatie. Nilipotoka tu nikakuta kijana mmoja tayari amelileta hilo gari. Gari hilo lilikuwa la ina ya Zephyr 6 ambalo hukimbia sana. Niliwasha gari, nikamfuata huyo kijana. Nilihakikisha kuwa sifuatwi, ila tu Peter ndiye alipita karibu yangu nikampungia mkono.

Huyo kijana aliendesha gari lake kuelekea pande za Pangani, kwa hiyo nami nilielekeza gari langu hukohuko. Niliacha magari matatu hivi mbele yangu kusudi asije akawa na mashaka akiona gari linamfuata katika kila kona aliyokuwa amepita. Lakini nilihakikisha kuwa sitampoteza.

Tulipofika kwenye nyumba za ghorofa za Pangani, huyo kijana alikwenda mpaka kwenye nyumba moja ya ghorofa na kusimamisha gari lake na kutoka nje. Mimi nilihisi kwamba hapo ndipo alipokuwa akikaa. Saa hizo giza lilikuwa limeishaingia, hivyo nami nikasimamisha gari langu katika sehemu moja, halafu nikaenda kumvizia huyo kijana. Alipanda mpaka ghorofa ya tatu. Akafungua mlango wa chumba kimoja na kuingia ndani. Wakati huo mimi nilikuwa nimesimama hapo chini ninamwangalia. Kisha na mimi nikapanda mpaka ghorofa ya tatu.

Ghorofa hiyo ilikuwa na vyumba vitatu, yaani jamii tofauti tatu zilikuwa zikiishi kwa kila moja. Nilipochunguza, niliona kuwa watu katika vyumba vingine hawakuwemo. Watakuja wakati gani, hiyo haikuwa shida yangu wakati huo. Nilichungulia kwenye chumba cha huyo kijana nikamwona akiwa amekaa kwenye sofa, akivuta sigara. Alionekana bayana kwamba hakuwa na furaha hata kidogo.

Nilibisha kwenye mlango, na nilipokuwa nikifanya hivyo, nilikuwa nikimchungulia kwa dirishani. Kabla hajaja mlangoni akaonekana kubabaika sana hata sigara kumdondoka toka mdomoni. Alijishika huku na huko kisha akafungua kabati lake la nguo. Akapapasa katika mfuko wa koti moja na kutoa bastola! Ndipo akaja mlangoni kunifungulia huku ameshika bastola hiyo mkononi. Naona hata yeye alikuwa akihisi kuwa lazima kulikuwepo jambo.

SURA YA SITA

Benny Aja Juu

Alipofungua mlango tu nikaupiga teke mkono wake uliokuwa umeshikilia bastola. Bastola hiyo ikaanguka kama hatua tatu hivi upande mwingine wa chumba. Nilikuwa nimeishatoa bastola yangu na kuiweka tayari mkononi. Alitaka kupiga kelele, lakini nikamwonyesha bastola. Kwa hiyo akafunga, akanyamaza.

"Funga hilo domo lako, la sivyo ukilipanua tu, risasi zote zitamalizikia ndani yako."

"Jina lako nani?" wakati huu nikimwuliza tumeishaingia ndani na huku nimefunga mlango.

Nilipomwuliza hakujibu. Kufumba na kufumbua wakati nikigeuza kidogo macho yangu upande mwingine akaipiga teke bastola yangu. Nayo ikaanguka mahala pengine. Hapohapo akanitia ngumi moja nikaanguka chini.

Nilipokuwa nikijaribu kusimama, akanitia nyingine; mpaka chini. Kweli huyu kijana, anajua kuzipiga, maana ngumi zake zinatoka mfululizo kama nini. Alipogeuka kukimbilia bastola nilijikunja na kumpiga 'farasi teke' mgongoni akaanguka chini. Nilisimama upesiupesi, na kabla yeye hajasimama nilimtia teke moja la usoni mpaka akaona nyota na kuzirai.

Nilimwendea. Hapohapo chini na kumsukumasukuma. Kisha nikaiendea bastola yangu na kumsogelea. Alipoanza kupata fahamu nilianza kumwuliza tena. "Jina lako ni nani?"

“Naitwa James, na wapenzi wangu huniita Jim, lakini wewe sitaki uniite Jim maana ni adui yangu. Tangu nizaliwe sijapigwa na mtu namna ulivyonipiga wewe. Kwa hivyo niite James, koroboi we.”

“Unamfahamu Benny?”

“Ndiyo.”

“Tangu lini?”

“Kwa muda wa mwezi hivi.”

“Kwani umekaa hapa Nairobi kwa muda gani?”

“Yapata miaka kumi sasa.”

“Na kama Benny pia anakaa humuhumu mjini mbona mlikuwa muda wote huo hamjafahamiana?”

“Kwani wewe unajua watu wote wa Mwanza?” alinijibu kwa jeuri sana. “Nani amekwambia natoka Mwanza?”

“Lulu na Benny.”

“Kwa nini ulimbadilisha Lulu kutokea kwenye jukwaa kabla ya zamu yake?”

“Hiyo ni kazi yangu si yako. Unatakia nini?” alisema kwa wasiwasi hali akitazama dirishani.

Nilipotupa macho nyuma kuangalia, mlango ulifunguliwa na kijana mwingine akaingia ndani huku ameshikilia bastola mkononi. Nilijipindua mara na kumweka James juu yangu, kisha nikasimama naye huku nimemfanya ngao yangu.

“Eh, kumbe una akili za kutosha.” alisema huku sauti yake ikigundagunda.

“Jaribu na kabla hujaniua mimi utakuwa umemuua James kwanza si aibu hiyo?”

“James hana thamani sana akifa, zaidi ya kifo chako kilivyo na thamani!” alijibu huku uso wake umekunjamana.

Ghafla nilimsukuma James na kumwangukia mwenzake na hapo wote wakaanguka chini. Kabla hawajasimama nilipiga teke mkono ulioshikilia bastola. Kisha nikaanza kuwapa kazi. Kijana huyo aliposimama nilimpiga kichwa mpaka chini. James akatupa ngumi, lakini nikaepa. Nikamtia kichwa mpaka akatabawali. Maana alikuwa bado na maumivu ya mapigano ya kwanza. Huyo kijana akabeba kiti na kunitupia, lakini nikawahi kukidaka. Nilimtwanga kwa kiti hicho kichwani na kumfanya apepesuke mpaka ukutani. James alikuwa hawezi kusimama sasa ila kubaki akikoroma tu. Kijana huyo mwingine akaniwahi kwa ngumi moja kwenye shavu. Loo! mikono yake ni kama chuma, jino langu moja likanitoka. Hasira zilivyonipanda Mungu ndiye ajuaye. Maana sijawahi kupigwa ngumi mpaka jino likatoka. Kutokana na hiyo hasira nikamtia ngumi tatu mfululizo. Naye akawa kama James.

Kwa bahati nikaiona kamba hapo ndani. Kabla hawajapata fahamu, niliwafunga pamoja kwa ustadi sana kisha nikafuata maji ya bafuni na kuwamwagia. Walipopata fahamu nilivuta kiti nikakaa huku nimeshikilia bastola yangu mkononi.

"Tuuwe basi unangoja nini?" alisema huyo kijana mwingine.

"Nitauaje watu waliokwisha kufa wenyewe?" nilijibu.

"Maana ya kutufunga hivi kama magunia ya kauzu ni nini? Aliuliza James.

"Maana nimeona ninyi ni watu hatari sana."

"Sasa nadhani utajibu maswali yangu James, maana utani sasa umekwisha. Jina langu ni Willy, Willy Gamba, wa Idara ya Upelelezi ya Tanzania. lakini ambayo inafanya kazi bega kwa bega na ldara za namna hii katika Afrika nzima." Niliposema jina langu, kila mtu alitoa macho ya woga.

"Kama ni Willy Gamba, nitajibu maswali yako yote, sina njia nyingine. Lo! Kunaonekana kuna makubwa hapa mjini mpaka wakakuleta wewe. Maana nimeishasoma habari nyingi juu yako na vituko vyako vyote. Sina njia, uliza tu. Niko chini ya miguu yako." alijibu James.

"Mimi sikujua kama ni Willy na kama ningejua nisingethubutu kukufuata." alisema huyo kijana mwingine. "Nani alikutuma kunifuata?" nilimwuliza.

"Benny, ndiye alinituma."

"Kwa nini alikutuma kunivizia?"

"Alisema kuwa wewe unaonekana mwenye kuingilia mipango yake na kwa hiyo lazima uuawe mapema, kusudi mipango yake iweze kufanyika kesho usiku."

"Mipango gani hiyo?"

"Sijui, hakunieleza zaidi."

"Wewe ni nani wake mpaka akutume kuniua."

"Mimi nimeanza kumfanyia kazi tangu juma lililopita, sababu najua kutumia bastola. Nimewahi kuwa jeshini kwa muda."

"Alikuambia kwa nini anataka mtu kama wewe?"

"Ati kwa sababu yeye ana pesa nyingi."

"Unamfahamu Lulu?"

"Ndiyo."

"Ni nani?"

"Ni mpenzi wa Benny."

"Tangu lini."

"Sijui."

"Benny alipokuwa akikutuma, Lulu alikuwepo?"

"Ndiyo."

"Lulu alisema nini juu yangu?"

"Naye alisema kama Benny tu, ila aliongezea kuwa lazima nikuendee vizuri maana unaonekana kuwa mtu mbaya sana."

Kisha nilimgeukia James, "Jim mpenzi, jibu swali langu ambalo nilikuuliza kabla kikaragosi cha Benny hakijatuingilia."

"Hebu uliza tena."

"Kwa nini ulibadilisha wakati wa Lulu kuja kwenye jukwaa?"

"Kwa sababu niliona ishara toka kwa Benny."

"Ishara gani uliyoona?"

"Alishika na kurekebisha tai yake."

"Ulijuaje kuwa hiyo ni ishara ya kukuambia ubadilishe wakati wa Lulu kutoka?"

"Benny alikuwa ameniambia kuwa kuna watu wanaomtafuta, na yeye ni lazima awafutilie mbali kabla wao hawajafanya hivyo. Na tena alisema kwamba ana shughuli zake ambazo anataka ziishe kabla ya kesho kutwa asubuhi. Hivyo akanipa pesa ili nimfanyie kama alivyokuwa akitaka. Ati kwa sababu Lulu alikuwa akichukua mawazo ya watu, aliona kuwa akitaka wauawe wangeweza kuuawa bila watu kujua nani amewaua."

"Kwa nini hukukataa?"

"Kwa sababu angeweza kuniua hata mimi, ndivyo alinitisha."

"Ulimwona mtu aliyemuua yule mtu aliyekufa pale ukumbini?"

"Hapana sikumwona, lakini nilifikiria wewe unajua."

"Kwa nini ulichukua bastola nilipogonga mlangoni."

"Kwa sababu nilikuwa na wasiwasi juu ya mambo niliyokuwa nimeambiwa na Benny."

"Huwa unakaa na bastola hapa kwako, ama umepewa leo tu kuitumia?"

"Nilipewa na Benny niitumie ikiwa nitafuatwa na mtu yeyote."

"Kuna mtu mwingine yeyote anayeshirikiana na Benny?"

"Sijui hajaniambia, lakini nafikiri huenda yupo maana baada ya Lulu kuingia kwenye jukwaa leo, Benny alienda kupiga simu."

"Kuna watu wangapi waliotumia hiyo simu leo tulipokuwa kwenye maonyesho?"

"Ni Benny tu niliyemwona."

"Nambari ya simu aliyoitumia Benny ni ngapi?"

"Una maana alikokuwa akipiga ama ile aliyokuwa anatumia?"

"Nina maana ya zote."

"Alikokuwa akipiga sijui, lakini ya mle mwenye *Hall*, ni 21899."

Niliwaambia wafunge midomo yao mpaka baada ya siku mbili hivi. Nilionelea niwaache hivyo kisha ningemwambia Robin aje awachukue awaweke ndani kwa siku mbili hivi.

"Haya wajomba, kama mnataka usalama fanyeni kama nilivyowaambia na ujanja wowote, mnaweza kujikuta mko ndani zaidi. Na ndipo mtalia na kusaga meno," niliondoka nikawapigia Sammy na Robin simu. Nilimweleza Robin juu ya hawa watu na jinsi ya kuwafanya. Akasema angefanya kama nilivyomwambia. Na pia, akanieleza anahisi kupata fununu ya jambo fulani kwa hiyo lazima nimwone asubuhi hotelini kwake mnamo saa tatu hivi. Pia, niliwaeleza kuwa sasa naenda kumwona Lulu na nikamwambia Sammy apige huko hotelini kwa Lulu simu, itimiapo saa nne hivi. Na kwamba ikifika saa nne na nusu bila ya kuniona aje huko hotelini kwa Lulu, huenda nitakuwa nimo msambweni.

Nilipiga simu kwenye Idara ya Uchunguzi nikawaeleza wanitafutie nambari za simu ambako simu ilipigwa kutoka kwenye simu nambari 21899 mnamo saa kumi na mbili na nusu. Na wakasema hiyo ni kazi rahisi. Pia, niliwaambia wanipe jina la mtu mwenye simu hiyo, wakasema pia kuwa hilo lisinitie shida ni kazi ndogo.

Basi, hatimaye niliondoka kwenda Hotel Intercontinental. Nilipokuwa naingia nilimkuta Peter na Wazungu fulanifulani pamoja na wapigania uhuru wengine wakinywa kahawa katika chumba cha kahawa. Aliponipungia mkono, nikaenda kuwasalimu. Nilikuta Wazungu wote hao walikuwa Wamarekani na walikuwa wanatoka katika Baraza la Umoja wa Mataifa, kwenye sehemu inayoshughulika na Afrika Kusini. Ilionekana walikuwa wamekuja kwa mazungumzo na wapigania uhuru.

Walininunulia kahawa, baadaye Peter na hao wageni wake iliwabidi waondoke wakalale maana walikuwa wamechoka. Nilimwuliza Peter kama amemwona Lulu, akasema alimwona akiingia ndani, lakini hajatoka nje. Pia, nilimwuliza kama kuna mtu mwingine yeyote aliyekuwa ameingia na Lulu, akasema hakumwona yeyote. Basi tuliagana wao wakaenda zao miye Willy, nikakaza roho kupanda chumbani kwa Lulu.

Vijana wa Robin walikuwa wameisha pata hata nambari za chumba cha Lulu. Nilienda moja kwa moja mpaka kwenye kile chumba. Lakini kwanza nilihakikisha hakuna mtu aliyeniona nikienda huko juu.

Hotel Intercontinental ni nzuri sana na ghali. Na kama wewe ni 'giriki' nusunusu huiwezi na msichana Lulu anatisha maana mtu wa kukaa katika Hotel hiyo lazima awe 'giriki' hasa. Hivyo, ninaweza kusema kwamba Lulu ni 'giriki' hasa, la sivyo asingeweza. Maana wanawake wengine wote wa kwenye maonyesho hata waliotoka ng'ambo ni yeye tu anayekaa hapa. Na kama kuna mtu aliyempangishia, lazima huyo mtu awe na pesa si mchezo. Na hii nadhani ndiyo ilikuwa kweli hasa, maana Lulu alikuwa msichana mrembo hasa. Mtu yeyote mwenye fedha angemfanyia lolote analotaka. Ninaamini kwamba, Lulu akikuambia wende ukamwibie fedha ile awe wako, wallah utakubali ufungwe ikiwa utashikwa, lakini ukaibe.

Nilipofika kwenye kile chumba niligonga mlangoni. Mlango ulifunguliwa na Lulu huku akitabasamu. "Karibu ndani, mbona unakuja kunitazama usiku hivi? Nadhani mchana lingelikuwa jambo zuri zaidi". Alikuwa akisema maneno yote haya huku amenishikilia mkono mpaka kwenye sofa.

"Uh, naweza kukusaidia nini?"

"Maonyesho yako yamenipendeza sana mpaka imenibidi nije nikupe heko! usiku huu," nilijibu. "Asante sana Joe nimefurahi kuwa umeweza kupendezwa na maonyesho yangu ukiwa kama mwandishi wa habari."

"Loo! Unakaa kwenye hoteli ghali sana Lulu, lazima baba yako awe tajiri sana."

"Hata, baba yangu ameishakufa, na mama yangu pia." "Huenda baba yako alikuwa tajiri sana, amekuachia mali nyingi sana. Na huenda kaka zako ni matajiri sana."

"Kaka yangu alikuwa mmoja tu, lakini alikufa huko Kampala kwa bahati mbaya baada ya kupigwa risasi wakati wa msukosuko kati ya Serikali na Kabaka. Halikuwa kosa la askari maana yeye mwenyewe ndiye alikuwa akizurura mjini. Sasa niko peke yangu, na baba yangu hakuwa tajiri, ila alikuwa ana kijishamba kidogo cha kahawa tu, karibu na Kampala."

"Tuseme maonyesho ya mavazi ndiyo yanayokuhifadhi kiasi hiki, eti?"

"Aah Joe, unataka kuingilia katika maisha yangu? Nilidhani ulikuwa ukija kunipa heko kama ulivyosema, lakini inaonekana sivyo. Nilidhani utanibusu, ukinipongeza!" alisema kwa sauti ya mshangao sana. Alisogea karibu yangu akanivuta. Akafungua tai yangu, akaingiza mkono wake ndani ya shati langu na kisha akanibusu.

"Nimekupenda sana Joe, tangu nilipokuona siku ya kwanza katika Starlight Klabu. Oh! Sijui kwa nini sikuweza kukuona mapema."

"Kwani sasa unaye mpenzi wa kukuzuia usinipende?" "Ndiyo nimeisha mpata, na naona siwezi kumuacha," alijibu huku akionyesha huzuni.

"Ni nani huyo?"

"Benny, yule niliyemtambulisha kwenye maonyesho."

"Tangu lini mmeanza mapenzi?"

"Tangu jana."

"Jana! Usinieleze, jana tu mmeisha ahidiana kuoana?"

"Kwani ni ajabu?"

"Mlikuwa mnafahamiana zamani?"

"Ndiyo, nilipokuwa nikija huku mara kwa mara alikuwa akinichukua katika gari lake."

"Ndiye amekupangishia katika hoteli hii naona."

"Ndiyo, Benny ana fedha si mchezo."

Kwa muda sote tukawa kimya. Kisha nikafumbua midomo, "Samahani Lulu, ninasikitika kuwa nina jambo la kukuuliza," nilisema taratibu huku moyo wangu ukipiga upesi, maana hata mimi sikupenda kumchukiza msichana Lulu.

"Uliza tu, Joe".

"Kwa nini katika maonyesho kila ukiwa kwenye jukwaa kunatokea mauaji wakati huohuo?"

Aligeuka rangi, nywele zikamsimama. Alikuwa anafungua vifungo vya shati langu, akaacha. Alikuwa akinibusu, akaacha! Na hapohapo midomo yake yenye joto ikawa baridi. Kisha akajibu, "Mimi sijui, maana huwa niko kwenye jukwaa."

"Mbona leo wamekubadilishia zamu yako na kutoka mapema? Na ulipotoka tu yakatokea mauaji, hasa wakati watu wakikushangilia?"

"Wewe ni nani mpaka uulize mambo kama hayo? Wewe si Polisi, waachie Polisi, waje waulize. Sitaki maswali kama hayo. Na kama ndiyo yaliyokuleta humu toka kabla hujajisikitikia kwa nini unauliza maswali kama hayo?"

"Sisi waandishi wa habari ni wazungumzaji wa mambo mengi kwa hiyo usijali. Kama hupendi hilo swali sasa nikueleze jambo jingine."

"Jambo gani?" alisema huku macho yake yakionyesha hofu tupu.

"Kabla ya maonyesho haya hayajaanza Benny alikuwa akizungumza na wewe. Na akakueleza kuwa wanataka kuwaua watu fulanifulani. Kwa hiyo, wewe utaambiwa uende kwenye jukwaa baada ya zamu kubadilishwa na James kijana wa kwenye jukwaa ambaye angepata ishara, toka kwake. Kisha wewe utatoka kwenye jukwaa na kuwatia watu moto kwa mikogo yako ya ajabu. Halafu wao watapata muda kwa kuua bila kutambuliwa."

Alianza kutetemeka baada ya kusikia mambo hayo.

"Mbwa wa kishenzi we, nani alikuambia mambo hayo yote? Na kwa nini, unaingilia mambo yasiyokuhusu? Toka humu kabla hujawa maiti." Aliposimama alikuwa ameishatoa bastola iliyofichwa katika gauni lake kifuani, chini ya matiti.

"Toka, toka nje ya chumba changu la sivyo utakufa.

Pilipili usiyokula inakuwashia nini?"

Nilimjibu huku nikicheka. "Wasichana wazuri kama wewe, hawafai kuwa na bastola, hebu iweke bibie, huenda tutazungumza vizuri kidogo."

"Unadhani natania, nakuua sasa."

Kabla hajafyatua bastola yake nilikuwa nimeisha shika mkono wake. Nikaupinduapindua vizuri sana. Nikaichukua bastola yake na kuiweka ndani ya mfuko wangu wa koti.

"Mama Joe aliniambia usiwadhuru wasichana wazuri. maana unaweza kuwaharibu sura zao nzuri bure. Sasa nieleze uhusiano wako na mauaji haya. Na kama hutasema, miye nina ushahidi kamili wa kuweza kukupeleka mahakamani na ukahukumiwa kutiwa kitanzi."

Mlango ulifunguliwa na Benny akaingia pamoja na vijana wengine wanne, wote walikuwa wameshikilia bastola mkononi. Lulu alikimbia mpaka kifuani kwa Benny.

"Aha! mpenzi naona umeniletea zawadi nzuri sana, maana nilikuwa nimejaribu kuipata nimeshindwa. Asante sana Lulu mpenzi."

"Wananchi waheshimiwa wenzangu nadhani hamtastaajabu nikiwafahamisha kwa Willy Gamba. Mpelelezi maarufu sana katika Afrika hii. Anafanya kazi katika Idara ya Upelelezi Tanzania. Naamini kila mtu anamjua kufuatana na masimlizi ya habari zake katika magazeti ingawaje si kwa sura. Leo tunafurahi kuwa ndani ya mikono yetu na tunaweza kumfanyia lolote lile."

Alipokuwa akitoa hii hotuba fupi, niliona rangi za wengine wote zimebadilika sana hasa ya Lulu, na walionyesha mshangao mkubwa sana.

"Willy, ulikuwa mjinga sana ulipodhani umetufunika kwa kutumia jina la Joe Masanja kwamba ungeweza kutupumbaza! Lakini ujue kuwa kundi letu ni kubwa. Na lina watu wa aina nyingi na hata watu wenye vyeo vikubwa sana serikalini. Kwa hiyo kupata habari za aina yoyote ni rahisi sana. Hata John alipokuja hapa akijifunika kwa jina la Fred, tulijua mapema zaidi ya tulivyokufahamu wewe."

"Kwa nini ulimuua John?" nilimwuliza.

"Kwa sababu alikuja kuingilia mipango yetu, jambo hata wewe umekuja kulifanya. Kwa hiyo, hata wewe utapatwa na jambo hilohilo muda si mrefu."

Nilicheka hapo kidogo, halafu nikamweleza, "Unadhani unaweza kusalimika na tendo hilo? Unajidanganya sana

Benny. Ninakusikitikia kijana kama wewe kufa katika umri mdogo kama huu."

"Si mara yangu ya kwanza kufanya jambo kama hili, na nina akili zaidi yako na fedha zaidi ya kila mtu hapa Afrika ya Mashariki hasa itakapofika kesho kutwa nitakuwa na maelfu ya fedha. Na unajua kila siku fedha zinaweza kuponyesha mtu kwa hivyo sitaridhika hata chembe. Najua nikiisha kukuua wewe sasa hakutakuwa na kizuizi katika mipango yangu," alisema kwa dharau sana.

"Hizo karatasi ziko wapi, Benny?" niliuliza.

"Hilo siwezi kukuambia, maana hata hawa wengine hawajui zilipo ila mimi tu."

"Lakini jua kuwa ukiniua mimi hapa, Lulu atashikwa sasa hivi maana watu wote wanajua niko hapa kwake," nilimwambia nilipotazama saa yangu na kuona karibu saa nne na nusu Sammy anipigie simu.

"Eh, unadhani miye ni mtoto katika kazi hii! Huwezi kunidanganya kwa jambo hili hata kidogo, maana hata mimi nimewahi kutishia watu na uongo wa namna hiyo!" alipotaka kuendelea kusema simu ililia. Lulu alienda kuijibu.

Kisha aligeuka na kusema kuwa ilikuwa simu yangu. Benny alionyesha kuchukia kabla ya kusema, "Haya kaijibu tusikie utaongopa nini mbwa we."

"Hallo, huyu ni Willy," nilijibu. "Oh, fanya hivi, kama usiponiona kwenye dakika tano hivi hapo basi, piga simu Polisi uwajulishe habari yangu, na kwamba waje mpaka katika hiki chumba", niliendelea kusema.

"Ndiyo ndiyo, kumbe wengine wako hapo chini haya waambie hivyo. Asante sana kwa heri mpaka tutakapoonana kwenye dakika tano hivi," nilimaliza.

Wakati nikijibu simu. Benny, Lulu na wenziwe walionekana wamechukia sana. Tangu walipoingia wale vijana wanne walikuwa wameshikilia bastola zao tayari kufyatua baada ya kuamriwa tu na Benny. "Unasemaje mpenzi Benny, utaniua ama utaniachia huru niende zangu? Maana ukiniua tu utashikwa mara moja, kumbe hata polisi wengine wako nje ya hii hoteli," nilisema huku nikisimama taratibu kabisa.

"Oh, tutaonana siku nyingine Benny na siku hiyo tutakapoonana si kama ambavyo tumeonana kirafiki hivi." Ilionekana hawakuwa na njia ila kuniachilia huru tu.

"Na wewe Lulu, siku nitakapokupata nitakupa siafu kwenye hayo mapaja yako wayaumeume, kusudi uweze kujikuna ovyo hata mbele ya baba mkwe wako."

"Huwezi kumuudhi mwanamke namna hiyo na nitahakikisha kuwa utakufa kabla ya kesho jioni," alisema Lulu huku chuki imemjaa.

"Alamsiki nyie wote!" niliondoka na kufunga mlango nyuma yangu.

SURA YA SABA

Makubwa Tena

Niliteremka taratibu kabisa mpaka chini. Hapo chini sikumkuta mtu yeyote, hata Sammy niliyetegemea kumwona. Niliingia katika gari langu mpaka hotelini kwa Sammy. Nilimkuta Sammy akisoma gazeti liitwalo, '*The Detective*.' Nilimweleza mambo yote niliyoyapata kutoka kwa Lulu.

Sasa tulianza kuelewa mambo yote haya yalivyo. "Inaonekana Lulu ameingizwa katika mpango huu kusudi amsaidie Benny katika mambo fulanifulani. Mojawapo likiwa kama yale aliyokuwa akifanya maonyeshoni. Laiti isingekuwa sababu kama hiyo, basi Benny asingefanya mapenzi na kupoteza fedha yake nyingi kwa Lulu. Pia, tulianza kutambua kuwa, Benny siye bosi, ila bosi mwenyewe yupo, na Benny ndiye msaidizi wake."

"Hivyo, zile karatasi anazo bosi. Na anayemjua huyo bosi ni Benny peke yake, wengine wanadhani bosi ni Benny. Kwa hiyo kazi kubwa sasa ni kutafuta kwa kila njia tumjue huyu bosi ni nani. Na kufuatana na habari nilizozipata kwa James. Hizo karatasi zitabadilishwa kesho usiku."

"Jambo jingine ambalo lazima tuchunguze ni mahali ambapo mabadilishano ya karatasi hizo yangefanyika. Kwa kuwa wamekwisha jua kuwa tunafanya kazi juu ya jambo hili, wanaweza wakaharakisha mambo zaidi na wakazibadilisha hizo karatasi upesi iwezekanavyo. Kwa hivyo nasi itatubidi tufanye kazi haraka kusudi tuweze kuzipata hizo karatasi kabla ya wao kuwapa hao watu, na kabla hawajalipwa."

Haya ndiyo mawazo yangu niliyokuwa nayo. Sammy pia, alionekana kuwa na mawazo kama hayo. Tulimpigia Robin simu, tukimweleza juu ya mambo yote na tulivyokuwa tunafikiri. Robin alisema, "Ninaona mawazo yenu ni sawa. lakini inafaa mnipe wasaa maana mimi na vijana wangu tunaanza kupata fununu ya jambo fulani."

Sammy alitoa wazo kuwa yeye ataenda kuchunguza katika ile nyumba ya Benny kama anaweza kupata habari yoyote, kusudi mimi anipe nafasi nilale. Lakini mimi sikukubaliana naye, niliona miye ndiye niende na yeye akiona sirudi, anaweza kuja kunitazama huko. Maana kila siku tunapokuwa tukifanya kazi na Sammy, miye huenda kwanza tukijua ni mahala penye hatari na yeye huja nyuma. Na mara nyingi hii imeweza kuokoa maisha yetu.

Sammy alisisitiza kuwa, kwenda kule peke yangu kunaweza kuwa na maana ya kifo, kwa hivyo ni afadhali twende sote pamoja. Lakini bado niliona hii si sahihi. Mwishoni, alikubaliana nami kuwa mimi niende kwanza halafu naye aje baadaye, baada ya muda kama wa saa moja hivi.

Nilirudi hotelini kwangu, nikabadilisha nguo. Mara hii nilichukua bastola mbili, moja ile yangu ya kawaida, 45 automatiki na ya pili ndogo kiasi cha kalamu ya wino. Hii ya pili niliisukuma kwenye mkunjo wa chupi niliyovaa.

Halafu nikanywa bilauri moja ya maji na *whisky*. Kisha nikaandika kijikaratasi cha kumwachia Lina, maana nilikuwa namtegemea usiku ule saa sita. Alikuwa amenipigia simu kuwa huenda angalikuwa na jambo kamili ambalo lingeweza kunisaidia, wakati huo. Ghafla nikajiwa na wazo nimpigie Lina simu, nimweleze kuwa sitakuwapo ila nitaenda kufanya uchunguzi kwenye nyumba ya Benny.

Hii ingenisaidia mambo fulanifulani. Kwanza kama nikimpigia simu Lina na kama Lina ananicheza yuko upande wa Benny nitakuta Benny yuko tayari ananingojea maana Lina atamweleza hizi habari. Pili, Lina amewahi kuwa mpenzi wa Benny kwa hivyo anafahamu kila kona ya kila chumba.

Kwa hivyo, anaweza kunipa muhtasari wa jinsi ile nyumba ilivyojengwa na jinsi vyumba vilivyokaa na wapi kuna uwezekano wa kufichwa vitu vya siri. Mwanamke japo siku moja tu ukikaa naye atakuwa amejua wapi hutaki aende na wapi unataka aende. Basi nilimpigia simu Lina.

"Hallo huyu ni Willy, habari Lina?

"Salama tu Willy, mbona unanipigia simu na hali nilikwambia nitakuja? Maana mpaka sasa nangojea simu toka mahali fulani ambayo inaweza kukusaidia sana."

"Oh unafanya kazi vizuri kabisa Lina. Sababu ya kukupigia simu ni kwamba ninatoka. Naenda kufanya uchunguzi kwenye nyumba ya Benny, kwa hivyo ningetaka unipe muhtasari wa nyumba ilivyokaa, na jinsi ninavyoweza kuingia ndani kwa usalama bila kudhuriwa."

"Lakini Willy, mahala hapo ni pa hatari sana. Miye nilipopita karibu na mahali hapo niliona baada ya kuchunguza sana kuwa pamejaa walinzi. Na wote wako tayari kuua mtu yeyote atakaeenda hapo. Miye nilifanya uchunguzi huu nilikuwa huko Sclaters Hostel, na niliambiwa hivyo na msichana fulani ambaye ni shemeji wa Benny. Aliniambia kuwa Benny alikuwa amemwomba asiende pale leo maana pana hatari. Na kuwa ingekuwa salama kwake kama angebaki *hostel*. Kwa hivyo, mimi naona usiende, utahatarisha maisha yako bure tu. Tafadhali."

"Hapana Lina, lazima niende. Na wewe njoo kwenye chumba changu ifikapo saa sita na nusu hivi. Nadhani bado una ufunguo niliokupa. Wakati huo nina hakika kuwa nitakuwa nimerudi. Na kama nitakuwa sijarudi jua basi kumetendeka jambo. Sasa nipe huo muhtasari basi."

"Sikiliza Willy, nyumba yenyewe ina vyumba vitano, sebule ya sita; choo, bafu na jiko. Vyumba vya kulala ni vinne. Kile cha tano ni namna ya maktaba, maana huwa mna vitabu vingi sana, na wageni hawaruhusiwi kuingia humo, maana ndipo anatunzia bastola zake na hata za rafiki zake. Nyumba hiyo ina milango mitatu ya nje. Mmoja nyuma kutokea Java, Nakuru

Road. Upande usio na mlango ni ule wa mkono wa kulia, ambao unapakana na Sclaters Hostel, ila una dirisha moja kubwa la kutosha mtu kuingia kupitia dirishani.

"Utakapoingia utaangukia ndani, utakuwa katika chumba kimoja cha kulala lakini hakuna mtu sasa, maana yule shemeji yake ndiye aliyekuwa akilala humo. Vyumba vyote vya nyuma ni vya kulala. Benny analala kwenye chumba kinachofuata hicho chenye dirisha, mkono wa kushoto wa hicho chumba. Chumba kinachotazamana na mlango wa mbele ukiwa sebuleni, ndicho hicho nilichokueleza, kinachotumiwa kama maktaba. Unataka nikueleze nini tena mpenzi!"

"Hayo yanatosha Lina, asante sana. Kama nikirudi salama ndipo nitaweza kutoa shukrani kwa dhati mbele yako. Hapana shaka tutaonana. Kwa heri mpaka hapo," nilijitengeneza sawa sawa, mara hii nilionekana kama mpelelezi haswa mwenye cheti cha kuua.

Nilitoka nje nikaingia ndani ya gari langu, nikaelekea Westlands. Nilipokuwa ninaenda niliona magari kama mawili yananifuata kila ninakopita. Nilipofika karibu na "Klabu 1900" nilisimama. Hayo magari mawili yalikuja yakanipita. Nilipoangalia nikagundua kwamba ndani ya gari la mbele mlikuwa na vijana wawili ambao niliwaacha chumbani kwa Lulu na Benny. Katika gari la nyuma mlikuwa na yule kijana niliyemrudisha wakati akitufuata nilipokuwa na Lina katika gari lake. Nao walienda wakasimama mbele yangu.

Niliwasha gari langu moto nikaenda kulisimamisha na magari mengine hapo Klabu 1900. Halafu nikangoja, wale jamaa nao wakaja wakasimamisha magari yao hapo nje kisha wote wakatoka na kuingia Klabu 1900. Walidhani kuwa mimi nimetoka na nikaingia humo, maana nilipokuwa nikisimamisha gari langu, kijana mmoja ambaye naye ndio kwanza anawasili hapo, alitoka katika gari lake na kuingia ndani. Alikuwa amevaa koti kama langu na ni mrefu kama mimi, kwa hiyo walidhani ni mimi. Kisha nilitoka katika gari langu, nikaenda kwenye magari yao, nikapiga risasi magurudumu yote manne ya kila gari yakawa hayana kazi. Halafu nikaenda katika hiyo klabu ambamo niliwakuta wote watatu wamekaa huku wakiangaza macho huku na huko.

Nilienda nikakaa kwenye meza moja nao halafu nikawaambia, "Tahadharini wazee, mimi sitaki kufuatwafuatwa, na kama mkizidi mtaona cha mtema kuni. Mimi nilikuwa nikija hapa kunywa na nyie mnanifuata tu. Sasa nitawaacha hapa, na ninarudi kunywa pombe mjini, na yeyote atakayenifuata nitamwadhiri vibaya sana. Kabla hawajajibu niliondoka na kurudi kwenye gari langu. Niliwasha na kuondoka, halafu nikaenda kusimama hatua chache nione kama watatoka.

Kitambo wakatoka, na kuingia katika magari yao. Walipowasha wakakuta magurudumu hayana upepo, yote. Walitoka na kuanza kuzungumza. Miye Willy nikawasha gari langu moto, kuendelea na safari yangu.

Niliondoka hapo kwa mwendo mkali mno. Nilipofika kwenye ile nyumba nikapunguza mwendo. Nikapaki gari mbele ya Sclaters Hostel karibu na miti. Halafu nilianza kurudi kwa mguu, taratibu. Nilikuwa nimeacha koti langu katika gari, halafu nikavaa kijambakoti, ambacho kinanifanya mwepesi zaidi.

Nilienda nikavuka Sclaters Hostel, kisha nikaangaza macho mbele ya nyumba hiyo, nikaona watu wawili wakizungukazunguka hapo mbele. Nikaenda kuchungulia upande wa nyuma pia, nikaona kuna walinzi, kama Lina alivyosema. Nyumba yote ilikuwa giza maana hakukua na mwangaza hata sebuleni. Basi, nilikata shauri nifanye kama Lina alivyosema. Hapo nikaanza kumsifia Lina kwamba yu mwenye akili hasa. Na kwamba angefaa sana kufanywa mpelelezi.

Nilienda, nikaruka seng'enge, nikawa nimeisha angukia ndani ya ua. Walakini mmoja wao alisikia namna ya kishindo kwa hiyo akaja upande ule wangu. Nilijibanza kwenye ukuta.

Aliposogea karibu nikamtupia kisu shingoni. Hatimaye mtu huyo alikufa bila ya wengine kujua.

Nilipanda mara moja kwenye ukuta, nikakwea taratibu bila kufanya kelele yoyote, mpaka nikashika kwenye dirisha. Halafu nilitoa tochi yangu na kumulika ndani ya chumba. Nikaona kulikuwa amelala mtu kwenye kitanda huku ameshikilia bastola mkononi. Alikuwa amesinzia. Alionekana kana kwamba anataka kuamka, lakini kabla hajaamka, nilimtia kisu shingoni pia, akawa hoi bila kutoa sauti. Nikaangukia kwenye kitanda bila sauti kutoka kwenye dirisha.

Mlango wa hicho chumba ulikuwa umefunguliwa, kwa hiyo nilitoka nje ya chumba hicho bila kufanya kelele hata kidogo. Nilijaribu mlango wa pili yake ambao Lina alisema ndimo Benny alikuwa akilala, nikakuta umefungwa. Nilichukua ufunguo wangu malaya nikafungua, nilipopiga tochi mle ndani nikakuta hakuwemo mtu. Nilienda kwenye kijimeza cha karibu na kitanda nikaanza kutafutatafuta vijikaratasi vyovyote vya maana, lakini sikuona. lla nilipata karatasi moja ya simu imeandikwa kwa kimombo. "*Tell the boss to make sure it won't be later than Tuesday at 10.00 p.m. because we are expecting them to leave that night and be here the next morning.*" Fasili yake kwa Kiswahili: "Umwambie bosi kuhakikisha kuwa haitazidi Jumanne saa nne usiku. Maana tunawategemea waondoke usiku huo na wawe hapa asubuhi inayofuata."

Nilitoka kwenye hicho chumba na kufunga mlango nyuma yangu kisha nikaharakisha kwenda sebuleni kutafuta mlango wa maktaba. Nilifikiri kama Lina alikuwa anasema kweli, basi huenda humo ndimo mngepatikana mengi.

Niliingia sebuleni, bahati mbaya nikajigonga kwenye kiti; yule kijana aliyekuwa mbele ya nyumba alisikia, akashtuka. Niliweza kumwona sababu mlango ulikuwa wa vioo. Alikaa kidogo huku anaangaza macho ndani, nadhani kwamba alifikiri alikuwa yule mwenzake aliyekuwa amelala chumbani, lakini mwishowe alikata shauri ahakikishe, kwa hiyo alifungua mlango.

Mimi nilijibanza kwenye ukuta, alipoingia na kutaka kuwasha taa, nilimmulika na tochi machoni na hapohapo nikatupa kisu, kikapambana naye kifuani. Kumbe na yeye alikuwa anafyatua bastola yake, na wakati alipoanguka tu, bastola yake ikafyatuka na kutoa sauti.

Wale walinzi wawili wa nyuma, walikimbia kwenye mlango wa mbele. Miye nilikuwa tayari nimeisha jibanza na bastola yangu nikiwangoja. Nilisimama kwenye *swichi* ya taa kusudi wasije wakawahi kuwasha taa. Walipoangalia nje bila kuona lolote, walifungua mlango na kuingia ndani. Mmoja aliyekuwa mbele alitaka kuwasha taa. Hapohapo nikaziachia risasi. Bastola yangu ilikuwa na kiwambo kwa hiyo haikutoa sauti. Yule wa nyuma akiwa bado ameshangaa, pia akazipata risasi.

Mara hii sikuwa na mchezo, masihara yote yalikuwa yamekwisha. Nilikuwa nimeisha wachukia hawa watu kama kufa, hasa kwa sababu ya mauaji ya John. Kwa hiyo, hata mimi sikuwa na huruma hata kidogo. lnaonekana kulikuwa na walinzi kama watano hivi, na wote nilikuwa nimeisha wafyeka kabisa.

Nilipiga tochi yangu sebuleni ha1afu nikakimbia kwenye mlango wa maktaba, nikafungua na funguo zangu malaya. Nikaingia ndani halafu nikajifungia na kuanza kupekuapekua. Mlikuwa na vitabu vingi sana. Mlikuwa na masanduku ya vyuma yote yakiwa yamejaa vitabu. Nilifungua kabati moja la chuma, nikaona mlikuwa na bastola kadhaa pamoja na risasi. Pia, niliona bahasha moja ambayo ndani yake hamkuwa na barua. Juu yake ilikuwa imeandikwa Daktari Dickson Njoroge.

Nikiwa bado naendelea na upekuzi wangu bila kufanikiwa kupata chochote nilichokuwa nikikitaka, nilisikia mlango wa maktaba unafunguliwa. Zilikuwa zimepita dakika kumi, na nilikuwa nimeweka dakika kumi na tano tu kuwa kwenye nyumba hiyo, kwa hivi zilikuwa zimebaki dakika tano. Na Benny alikuwa amesha niwahi kabla sijaondoka.

Nilijificha nyuma ya kabati hilo la chuma. Alipofungua aliwasha taa, hakuwa Benny ila kijana mwingine. Aliangaza huku na huko bila kuniona. Lakini mwishowe niliona akija upande wangu. Nilitoa kisu changu, kabla hajageuka, kikampata mgongoni, akaanguka bila hata yowe! Nilikimbilia mlangoni, nikaangaza sebuleni ambamo sasa taa zilikuwa zinawaka. Sikuona mtu, nikakimbia mpaka kwenye mlango wa mbele, kabla sijatoka nje, nilipigwa kichwani mpaka chini.

Nilipozindukana nilijikuta nimefungwa kitini! Karibu yangu alikuwa Sammy pia, amefungiwa kitini huku bado amezimia! Benny na Lulu walikuwa wamesimama karibu nami huku wakionekana kuwa na furaha sana.

"Naamini muda huu huna ujanja Willy, ninakuhurumia sana, maana kifo chako pamoja na rafiki yako kitakuwa kibaya na cha maumivu sana. Nami nitahakikisna kuwa umekufa kwa taabu hasa maana nyie mnaonekana watu wa ajabu sana. Kumbe mambo yote waliyoandikwa juu yako ni kweli."

"Wewe umeniingiza hasara sana ya watu wangu, maana umeua sita, na huyo rafiki yako ameua watano wakati akijaribu kuja kukuokoa, lakini na yeye ameangukia kwenye mkasa huo huo," alisema kwa kujivuna sana.

"Sasa unadhani utafaulu kwenye mipango yako eti."

"Kwa nini nisifaulu, mpaka sasa yote yamekwisha kamilika, ila wewe tu na huyu rafiki yako ndio mlikuwa mnanipa taabu, lakini sasa hamtanipa taabu tena. Na sasa watu wangu wote watafanya sikukuu wakisikia wewe, John na huyu anayeitwa Sammy wamekufa.

"Umefahamuje kuwa huyu ni Sammy?"

"Lo! Wewe ndiye umechelewa kweli, nimekuambia saa zile kuwa kikundi chetu hata polisi wenyewe wamo. Nitashindwaje kujua. Nyie kila siku mnadhani ndio wenye kujua habari nyingi, lakini mimi nina habari nyingi zaidi yenu na ninatumia akili zangu kuliko nyie. Na pia, nahakikisha kuwa sifanyi kosa hata moja.

"Hii mipango mmeianza lini na nani aliwasaidia katika jambo hili maana ninyi msingalijua wapi kwa uhakika ziliwekwa hizo karatasi?"

"Bosi aliniambia ya kwamba nisiwaeleze jambo lolote mpaka amri itakapotoka kwake, lakini kwa sababu mie sitaki kuwaona mnaishi tena, nimeleta madebe mawili ya petroli na vijana wangu watawamwagia na kuwawasha moto mpaka mtakapokuwa mmeungua na kubaki majivu."

"Unafurahi, kuchoma watu eh, Benny, lakini kabla sijamalizika kabisa wakati nikiungua na wewe utakuwa umekufa. Nilijibu kwa dhihaka."

"Uh, unadhani natania Amani, lete hayo madebe ya 'petroli' pamoja na kiberiti," aliita kwa hasira.

Wakati huo Sammy alikuwa ameishazinduka na akasema, "wewe shetani mwanamke, siku moja nitakata kipande cha nyama katika mwili wako na kukifanyia sikukuu."

"Nyamaza mwehu wee, utaikataje nyama yangu na hali utakuwa umeisha kufa?" alisema huku akitabasamu.

Naona hapa tutakufa kama wanawake Willy, lakini hata hivyo huyu mwehu atashikwa na kutiwa ndani, nitafurahi sana kumpokea huko chini na lazima nitahakikisha kuwa hatapata taabu mpaka kupata makao, alisema Sammy huku akionekana hajali lolote. Benny alitoa kicheko. Halafu akamwambia Amani atumwagie petroli.

Kabla hajamwaga Lulu alitoa oni, "Nadhani bosi atapenda kuona hawa washenzi wakiungua, kwa hiyo afadhali tumfuate aje ajionee hawa watu mashuhuri wa Serikali wakifa kitoto na kifo cha aibu. Unaonaje Benny?"

"Lakini lazima tuache ulinzi wa kutosha hasa. Mlango wa nyuma weka walinzi watatu. Huu wa mbele watatu. Na wengine kuzunguka nyumba, halafu kwenye mlango wa chumba hiki watatu pia. Naamini hata kama angekuwa malaika hawezi kutoroka penye ulinzi wa namna hii. Wazo lako ni zuri sana Lulu. Nadhani bosi atafurahi ajabu na atatufanyia sikukuu. Lakini nyie nyote angalieni kuwa hamfanyi kosa hata kidogo. Kosa lolote mshahara wake ni kifo cha namna hiihii."

Nilimwuliza mlinzi mmoja aliyekuwa akifunga mlango wa chumba tulichokuwa,'itawachukua muda gani kwenda kwa bosi na kurudi?"

“Kama dakika kumi hivi,” alijibu na kisha akatufungia ndani. Halafu wakasimama pale mlangoni hali walinzi watatu wakiwa tayari na silaha zao.

Tulikuwa tumefungwa sana, kiasi kwamba hatukuweza hata kujitingisha. Walikuwa wametuvua nguo zetu zote isipokuwa chupi tu. Ajabu ni kwamba niliweza kusikia bado bastola yangu ndogo imo kwenye mikunjo ya chupi yangu. Jinsi ya kuitumia ilikuwa haifahamiki hata kidogo. Kuwa nayo na kutokuwa nayo yote yalikuwa mamoja. Na pia, tulijua tungefanya upuuzi wowote kabla Benny, Lulu na bosi hawajarudi tungaliteswa na hao walinzi.

“Mara hii hatuna ujanja kweli Sammy.”

“Hata mimi naona maana sidhani kwamba kunaweza kuja mtu wa kutuokoa na kama pia, atakuja atakufa kabla hajafika humu ndani!”

“Miye nilikuwa siku zote natabiri kufa kwa risasi, maana pia nimeisha ua wengi kwa risasi.”

“Hakuna njia Willy. Ila huenda mizimu ya mama Sammy ifanye kazi yake. Unakumbuka tulivyopona safari ile kule Lusaka?”

“Ndiyo, nakumbuka, lakini ulinzi pale haukuwa mkali kama huu wa hapa.”

Mawazo yangu yalirudi Dar es Salaam. Nilimfikiria mpenzi Della, moyo ukaniuma namna ya ajabu. Nilijua Della angeweza kujiiua kama akisikia nimekufa. Nilimpenda naye alinipenda. Alikuwa msichana wa peke yake aliyechukua moyo wangu na ambaye nilichukua moyo wake. Kisha nikamfikiria mama Willy. Lo! Mimi nilikuwa mtoto wake wa pekee. Hakuwa na mtoto mwingine hata mmoja. Mama Willy nilijua atakapoambiwa tu, ataanguka chini na kufa. Nilijua jinsi mama alivyokuwa akinipenda.

Nilionekana kama mawazo yangu si sawa. Nilikuwa karibu nipate kichaa kwa ajili ya kufikiri mambo kama haya. Kisha nilimsikia Sammy akisema, “Nimesikia kitu kama mlio wa bastola yenye kiwambo!

"Unaota nini Sammy?"

"Hapana, kweli nimesikia." Kisha nami nilisikia kishindo kwenye mlango kama kwamba watu wanaanguka.

Mwishowe, nilimwambia Sammy kuwa huenda ni bosi anafika, kwa hiyo, watu wake wanamtolea njia.

Tulisikia mlango wa chumba ukifunguliwa. Moyo wangu uliruka kwani nilijua sasa mwisho wetu umefika, maana bosi amefika. Nilipomtazama Sammy niliona nywele zake zikisimama na rangi ikibadilika. "Wameisha rudi!" alisema.

Mlango ulipofunguliwa tulishtuka kuona ni Lina ndiye anafungua mlango. Alikuwa ameshika bastola mbili mkononi. Akazitupa chini akaja kunifungua. "Harakisheni tutoke hapa mapema kabla hawajarudi, maana nasikia watarudi mnamo dakika mbili au moja na nusu hivi."

SURA YA NANE

Mauaji ya Kikatili

Baada ya kunifungua mimi, nikavaa upesiupesi. Kisha nikachukua bastola moja, nikaenda kulinda mlango wa hiki chumba wakati Lina akimfungua Sammy. Sammy alivaa upesiupesi, nikamtupia bastola moja na nikamtupia Lina nyingine, miye nikatoa bastola yangu ndogo kwenye mkunjo wa chupi yangu.

Nilifungulia madebe ya petroli halafu nikayawasha moto, tukakimbia kutoka humo ndani. Tulipofika kwenye mlango wa nje, tulikuta walinzi wa nje tayari wamefika. Lakini hawakutuweza maana wote tulikuwa tunafahamu hasa namna ya kutumia bastola, tuliwaua wote. Tulikimbia mpaka kwenye gari la Lina, tukaingia ndani, Lina akawasha gari tukapaa zetu. Tulipokuwa tunaondoka tuliona gari la Benny, Lulu na bosi likiingia. Fikiria kitisho walichokikuta humo ndani!

"Turudi tukawagutue Willy, nadhani tunaweza kuwakamata vizuri sana wakati huu, maana hofu zitakuwa zimewajaa," alisema Sammy.

"Achana nao Sammy. Kama tukiwashika sasa siri nyingine hatutazipata maana miye nataka tulifutilie mbali kundi lote la wahaini."

"Asante sana Lina, sijui nitakupa nini kwa kuokoa maisha yetu. Shukrani nilizonazo, Maulana ndiye ajuaye. Sikutegemea kama unaweza kufanya jambo la ajabu kama hili, maana nadhani hata mimi mwenyewe ningeshindwa kufanya jambo lolote kama ulilolifanya," nilimshukuru Lina.

Kusema kweli nilikuwa namwangalia Lina kama malaika aliyetumwa kutoka mbinguni kuja kutuokoa. Usiku huu alionekana mzuri kuzidi wanawake wote niliokwisha waona. Kila kiungo changu kilimpenda hata kucha zangu zilimpenda:

"Ulijuaje tuko hatarini, Lina? Na ulifauluje jambo hili maana mpaka sasa mimi naona kama mwujiza tu, hata siziamini akili zangu," Sammy alimwuliza.

"Nitawaeleza, lakini sasa si wakati mzuri, maana Benny anaweza akatufuata, kwa hiyo ngoja mpaka tufike hotelini kwa Willy, kwanza," alijibu Lina huku amekaza macho yake mbele ya barabara. Tulikuwa tunaenda maili mia kwa saa kwenye hii Uhuru Highway.

Tulienda mpaka hotelini kwangu Embassy. Lina alisimamisha gari lake mbali kidogo na hoteli, kisha akarudi tukaenda chumbani kwangu. Tulikuta kuna pombe, Lina alikuwa amenunua chupa nzima ya drygin alipokuwa amekuja kukutana nami wakati tuliosemezana. Lina alileta bilauri akaanza kutumiminia pombe. Tukaanza kunywa hali yeye amejilaza kwenye kitanda. Sammy aliniuliza kwa nini Lina alileta bilauri mbili. "Kama kawaida yako wewe ni msahaulifu nilikwambia kuwa msichana huyu hanywi pombe ila soda tu na baby-cham."

Lina aliinuka akakaa kwenye kitanda kisha akasema, "Sammy ulikuwa na haja sana ya kujua jinsi nilivyofahamu na jinsi nilivyofaulu. Willy alikuwa ameniambia tuonane hapa mnamo saa sita na nusu hivi. Miye nikaja hapa wakati huo, maana habari nilizokuwa natafuta nilikuwa nimeisha pata kiasi. Nilingoja hapa kwa muda wa nusu saa! Willy alikuwa amenieleza kuwa ataenda kufanya uchunguzi kwenye nyumba ya Benny. Wasiwasi uliniingia nikahisi kuwa lazima Willy yuko taabuni, moyo wangu uliniuma sana kiasi cha kutovumilia, nikaona nimfuate na kama ni kufa tufe wote."

"Maana Sammy, nimekufa sana kwa Willy. Hilo kwa dhati ninakiri."

"Basi nilikata shauri niondoke kwenda kwa Benny. Nilikuwa na bastola yangu, ambayo nilipewa na Benny enzi zake na mimi. Na nilikuwa ninaichezea kila siku hivyo kwamba hata mimi nina shabaha za kutosha. Nilipokagua humu ndani pia, niliona imo bastola nyingine, na ilikuwa tayari imetiwa risasi, nikaichukua. Nilienda kule hotelini kwangu, nikachukua ile bastola yangu nyingine ambayo pia, ilikuwa imejaa risasi. Nadhani hamtastaajabu kusikia kuwa mimi naweza kutumia mikono yangu yote miwili barabara, hivyo nikiwa na bastola mbili ni kama watu wawili! Bastola yangu inacho kiwambo cha kuzuia sauti kama ilivyo ya Willy. Nyumba ya Benny ninaielewa sana, na ulinzi wake pia, nauelewa. Nilijua lazima mara hii kuna ulinzi wa ajabu, lakini nilijua naweza kubahatisha, nikifa basi nitakuwa nimekufa kwa ajili ya mtu nimpendaye, kwa hiyo nitakuwa nimekufa kifo cha utu. Mtu niliyekuwa namwogopa ni Benny, maana naujua ujasiri wake akiwa na bastola."

"Niliingia kwenye gari langu na kuendesha mpaka mbele ya Sclaters Hostel. Nilipoangaza, nikaona gari la Willy. Niliposhuka na kulitazama nikakuta magurudumu yote hayana upepo hata kidogo. Hilo lilinipa uhakika kuwa Willy bado yumo ndani ya nyumba na yumo msambweni. Niliendea nyumba ya Benny. Nilipofika kwenye ugo, niliona walinzi wengi wakiwa na silaha huku wakinongonezana. Niliona nikiruka seng'enge nitaanguka ndani kwa kishindo, kwa hiyo niliona nitambae chini ya seng'enge."

"Kama unavyoniona, mwili wangu ni mwembamba kidogo. Basi, nilitembelea tumbo kama nyoka, nikajivuta chini ya seng'enge nikatokea ndani, kwenye upande ule wa Sclaters Hostel. Nilijivuta hivihivi mpaka kwenye ukuta. Niliposimama, bado hakuwako mtu aliyekuwa ameisha niona, hata yule mlinzi wa upande ule.

"Nilianza kujisogeza polepole mpaka kwenye pembe ya nyuma. Nilipoangalia, nikaona kuna walinzi wanne kwenye mlango wa nyuma. Kama ilivyo hili gauni langu rangi yake usiku haionekani. Nikaona siwezi kuingia kwa mlango wa nyuma. Nikarudi kumvizia yule mlinzi wa upande wangu. Nikamtia risasi bila kuniona, nikajiona naweza kunyata harakaharaka kwenda upande wa mbele. Nilipofika kwenye pembe ya mbele nikawaona walinzi watatu. Walikuwa wakizungumza kwa sauti ndogo lakini iliyoniwezesha kusikia. Nilimsikia mmojawao akisema "Benny na bosi' watarudi hapa dakika tatu hivi tangu sasa."

"Moyo wangu ulifurahi kusikia Benny hayupo. Kisha nilikohoa kidogo ili wale watu wa mlangoni waje pembe yangu kuangalia kilikuwa kitu gani. Kweli wote walipumbazika na ujanja wangu, wote watatu wakaja. Nia yangu ilikuwa waje ili niwaue bila ya wale wa ndani kujua kuwa wenzao wameisha uawa."

"Nilikuwa tayari na bastola zangu, kabla hawajaniona nikawafyatua, na wote wakaanguka bila ya wale wa ndani kutambua. Nilipochungulia kwenye kioo niliona walikuwepo walinzi watatu, wote wameshikilia silaha huku wanatazama kwenye mlango. Nilijua tu, humo ndimo amefungiwa mpenzi Willy. Hii ilinipa moyo na sikuwa na woga tena. Nilifungua mlango wa mbele taratibu kabisa, kabla ya wale walinzi wa mlangoni hawajatambua."

"Niliingia sebuleni bila kufanya kelele mpaka nikajibana kwenye ukuta. Kisha nilijivuta taratibu kwenye ukuta, na nilipokuwa mahali pazuri pa kuwalisha risasi na wao, mara moja nilijitokeza, na kabla hawajafanya lolote wote nikawaathiri. Ndipo hatimaye nikakimbilia kwenye ile jela yenu.

Nikaokota ufunguo toka kwenye maiti ya mlinzi mmoja. Nikafungua, ndipo nikawaoneni mkiwa mmefungwa kwenye viti." Alimalizia kutueleza Lina, huku akitoa tabasamu laini, lenye huba na ukarimu.

Hatimaye, Sammy alimwuliza Lina, "Jambo gani umelipata katika uchunguzi wako?"

"Kweli, karibu nisahau kusema. Sikupata mambo mengi sana ila tu kwamba ile nyumba ambamo Benny anakaa ni ya Daktari Dickson Njoroge, tajiri mmoja ambaye ana mashamba makubwa makubwa na ng'ombe wengi sana huko Thika na Nyeri. Lakini pia Benny halipi kodi ya nyumba, anakaa tu bure hali hawana ujamaa na Daktari Njoroge. Ndiyo hayo tu niliyopata sidhani kwamba yatawasaidia kwenye mambo fulani," alijibu Lina huku akinitazama.

"Hizo habari zimenipa jambo na sasa lazima tufanye kazi upesiupesi. Nafikiri huyu bosi ndiye huyo Daktari Dickson Njoroge, maana nilipokuwa nakagua katika kabati moja kwenye, chumba cha maktaba, nilikuta bahasha imeandikwa Daktari Dickson Njoroge. Na sasa nakumbuka ilikuwa na stampu ya nchi za ng'ambo. Na kufuatana na ripoti ya Lina inaonyesha kuwa lazima kuna uhusiano kati ya Benny na Njoroge. Lakini kabla ya kuanza kumfuata Njoroge inatubidi tukahakikishe kuwa ni yeye."

"Tusubiri tujue ni wapi Benny alikuwa akipiga simu alipokuwa kule City Hall wakati wa maonyesho. Tutaulizia, kutoka polisi. Na wakati huu naona tukalale maana inaonekana saa zimekwenda sana, kwani kesho kazi zitakuwa nyingi sana!"

Saa yangu ilionyesha saa tisa za usiku. Sammy aliondoka kwenda kulala, akatuacha miye na Lina hapo.

Lina aliniamsha alfajiri yapata saa kumi na mbili na dakika arobaini hivi. Ilionekana msichana huyu ni kiumbe cha ajabu maana kichwa chake kinafanya kazi kama mpelelezi.

"Lina, mimi naona nitampigia Mkurugenzi wa Idara ya Upelelezi Tanzania simu, akupe kazi kwenye Idara yetu maana utakuwa msaidizi mzuri sana kwangu na Sammy," nilimweleza Lina.

"Hata Willy, mimi nataka tukitoka salama kwenye baa hili, na mimi nikiwa salama tuoane mara moja kabla ya wengine kukuzuzua."

Nilianza kuduwaa nilipomuwaza mchumba wangu Della ambaye yuko nyumbani kwangu Upanga. Na papo uzuri wa Lina unanizubaisha. Nikamwambia, "Usijali Lina, lolote utakalo miye Willy nitatimiza maana bila ya wewe mimi sasa hivi nisingekuwa Willy tu. Lakini jina langu lingeanza na marehemu...."

Kitambo nilipokuwa nikijitayarisha kwenda kuoga, simu ililia. Nilipoenda kuijibu nilikuta Peter ndiye amenipigia simu. "Unaendeleaje kijana, mambo yanaenda vizuri ama vipi maana ofisi yetu ya Dar es Salaam wana wasiwasi mwingi sana na wamenipigia simu asubuhi hii," nilimweleza Peter mambo yote yaliyokuwa yametupata mpaka muda huu, na jinsi tunavyofikiri mambo yetu yataendeleaje.

"Lakini unakaa wapi hapo Peter, ama umeisha pata nyumba tayari?"

"Bado Willy, niko hapa New Stanley Hotel chumba nambari 101, kama ukitaka kuja kuniona." Peter alikata simu, miye na Lina tukaenda bafuni kuoga.

Tulipokuwa bafuni nilisikia simu ikilia, basi nilitoka huko na kuiendea simu. "Hallo, Joe huyu."

"Polisi steshini hapa."

"Eh, mna ujumbe wangu wowote, wazee?"

"Ndiyo, eh!"

"Basi hii simu ilikuwa inapigwa huko Lavington Green kwenye nyumba ya Daktari Dickson Njoroge."

"Asante sana Bwana."

Nilikata simu nikarudi bafuni kuoga. Kichwa changu kilijenga mawazo kutokana na taarifa hiyo ya polisi kuhusu simu iliyopigwa.

Baada ya kuoga, tulíletewa kahawa. Na baada ya hapo nikajitayarisha kwa ajili ya kazi za mchana. Nilipolisoma gazeti la *East African Standard*, nilikuta taarifa kwamba maonyesho yangeanza saa mbili usiku. Lakini halikutaja zaidi habari za vifo vilivyokuwa vimetokea. Lina aliniambia alikuwa ana hofu huenda Benny akafahamu kwamba yeye ndiye aliyetutorosha, hivyo akaanza kumwinda. Lakini mimi nilimhakikishia kuwa hatajua maana watu wake wote tulikuwa tumewahujumu na watu waliokuwa wanawajua Sammy na Peter hawawezi kumdhuru.

Sammy alifika hotelini kwangu mnamo saa mbili. Tuliamua kwenda kumwona Robin ambaye tulipanga kukutana saa kama hizo. Lina alisisitiza twende zetu naye kila mahali, lakini siye hatukuona vizuri. Nilimtaka akae palepale chumbani kwangu asiende kwake. Nilimwachia bastola moja ili kuitumia itakapobidi.

Tuliondoka na kumwacha Lina mle ndani, tukaanza safari yetu kwenda New Avenue Hotel, ambako Robin alikuwa amefikia. Tulipofika kwenye ghorofa ya kwanza nikaamua kupiga simu Polisi ili kupatiwa vijana fulanifulani wakamvizie Daktari Dickson Njoroge waweze kujua mienendo yake ya siku nzima. Na lazima wawe wakipiga ripoti kwetu baada ya kila dakika kumi na tano hivi kutujulisha mienendo hiyo. Na kama wakiona anafanya jambo fulani ambalo wanalitilia shaka lazima wapige ripoti mara moja.

Tulipanda mpaka chumbani kwa Robin ambako tuligonga mlango. Hata hivyo kulikuwa kimya! Sammy alichukua funguo zake akaufungua huo mlango.

Tisho tulilopata, Mwenyezi Mungu aliyetuhuruku ndiye anayejua! Sammy alishtuka akaanguka chini. Nilipoingia mimi ndani, niliona mauaji ya kikatili ambayo sijawahi kuyaona. Robin alikuwa amelazwa kitandani huku amekufa! Alikuwa amekatwakatwa na visu, kama ambavyo ingekatwa nyama. Huzuni iliniingia na uchungu wa ajabu kiasi kwamba nilianza kutoa machozi.

Hatimaye, Sammy alizinduka. Nilimwambia awe macho wakati mimi nikipekuapekua kila mahali humo chumbani mwa Robin, maana huenda wakatufanya kama walivyotufanya wakati wa kifo cha John. Nilipekua kila mahali lakini sikuona lolote. Ilionekana kuwa walimuua Robin na kuchukua kila kitu walichoona kingeweza kutusaidia sisi. Chumba kizima kilikuwa kimevurugwa vibaya sana.

Niliona kijikaratasi kidogo chini ya kitanda, nacho kilikuwa kimeandikwa kwa herufi kubwa. Inaonekana hawa watu waliona hakina maana wakakitupa. Kiliandikwa: "NENDA RUDI SALAMA UMEFANIKIWA, KWENDA NA MWONYESHAJI WA MAVAZI, LEO USIKU TOKA UADUINI TUNAMOFIKIRI." Nilifikiri sana lakini bado niliona haileti maana. Nilimwita Sammy aje ili naye akisome tuone kama anaweza kutoa maana yoyote kuhusu maneno hayo.

Sammy alipokisoma naye hakuweza kuunganisha maneno hayo na kuweza kutoa maana. Kisha nilishtukia akitabasamu kwa mbali. "*Hello Willy*, nadhani hiki kijikaratasi kina maana kubwa sana. Na kila jambo alilokuwa anachunguza Robin liko hapo. Huenda Robin alijua mambo mabaya yanaweza kumtokea kwa hiyo alionelea atuachie habari kwa njia hii ya hekima hivyo kwamba bila kufikiri sana huwezi kujua ameandika nini. Willy haya maneno ya kwanza "NENDA RUDI SALAMA UMEFANIKIWA," kama ujuavyo yana maana ya kazi yetu, maana kazi hii inafahamika kati yetu kama 'Opereshini N-R-S-U' yaani 'NENDA RUDI SALAMA UMEFANIKIWA.' Hivyo basi maneno haya ni kwa ajili yetu. Kama sikosei, maneno yaliyobaki, Robin anatueleza mambo aliyochunguza na kupata. Nadhani ana maana ya kuwa, hizi karatasi za siri zitaenda na mmoja wa waonyeshaji mavazi wa Ureno. Yale maneno ya mwisho UADUINI TUNAMOFIKIRI yana maana ya Ureno. Kwa hiyo huyu mwonyeshaji mavazi ndiye ataenda na hizi karatasi huko Ureno leo usiku. Na kufuatana na simu uliyoipata chumbani kwa Benny, nadhani Robin yuko sawa."

Kweli huyu Sammy ana kichwa, la sivyo ingelimchukua mtu mwenye kichwa kinene mwaka mzima kutambua inasema nini.

Tulipiga magoti kwenye kitanda, tukamsalia Robin, Mungu amweke mahali pema peponi. Halafu tukaapa kuendelea na kazi hii ambayo ilionekana itatumaliza.Tulifunga kile chumba, tukateremka chini. Tulimpigia simu Mkurugenzi wa Upelelezi nchini Kenya kumweleza yaliyompata Robin. Alishtushwa sana na habari hizi, alituambia tusife moyo tuzidi kuendelea, maana ilionekana tunaendelea vizuri sana. Alituambia kuwa atazidi kutupa msaada wowote ule tuutakao.

Kisha nilipiga simu Polisi kusikia kama wamepata jambo lolote juu ya Daktari Njoroge. Polisi walijibu kuwa hawakuona mwenendo wowote mbaya, ila tu ya kwamba Njoroge alitoka nyumbani kwake kama saa tatu kasorobo hivi, akaenda madukani, na akaingia katika duka moja liitwalo Stationery & Office Machines Ltd. Huko akanunua mashine moja ambayo inatoa photocopies za barua. Nilimwuliza ulikuwa muda gani umepita? Akasema kama dakika kumi hivi zilizopita. Na kwamba alielekea nyumbani kwake Lavington Green.

Mara moja nilipata wazo, wazo lenyewe ni kuwa Daktari Njoroge ndiye bosi hasa. Lakini kwa sababu yeye ni mtu mheshimiwa, juu ya ule utajiri wake na kisomo chake, watu hawamfikirii ubaya wowote. Baada ya kusikia utorokaji wetu usiku ameingiwa na wasiwasi sana. Na anaona tunaweza kumshika kabla hajaweza kupata hela zake. Kwa hiyo sasa anafikiria kufanya *photocopy* za hizo karatasi. Na ikiwa tutaweza kuzipata hizo karatasi zenyewe, bado anaweza akapata kiasi fulani cha hela kwa kuuza zile kopi.

Tulipofikiri sana tuliona jambo kubwa ni kuhakikisha kuwa hizi kopi hazitatengenezwa. Na tungeweza tu kufaulu kwa kuiharibu hiyo mashine kabla ya kutengeneza hizi kopi. Na pia kuhakikisha kuwa hataweza kununua nyingine. Kwa hivi tulimpigia simu Mkurugenzi wa Usalama ahakikishe kuwa maduka yote yanayouza mashine za namna hiyo yamefungwa mpaka kesho yake na ulinzi ufanywe kuhusu hizo mashine. Mkurugenzi alituhakikishia kuwa hayo yatafanyika bila shaka.

Mimi nilikata shauri nimfuate Daktari Njoroge huko kwake kabla hajaanza hiyo kazi. Sammy ilimbidi aendelee na uchunguzi wa hawa watu ambao wamekuja kuzichukua hizi karatasi, kusudi tuweze kuzifahamu kabla ya usiku. Nilipiga simu polisi ili wanileteе kijana mmoja niende naye.

Kijana wa polisi alipokuja tuliondoka kwenda 'Lavington Green.' Huyu kijana niliyepewa alionekana wa aina ninayoitaka, mtulivu lakini si mchezo.

Tulikuwa tukitumia gari la polisi. Na tulipata habari wakati tukienda kwa Njoroge kwamba yeye Njoroge alifika nyumbani hapo na baada ya dakika kama tano hivi akatoka na akaelekea pande za mjini tena. Tulipata habari hizi kwa njia ya redio ya polisi ambayo ilikuwa katika hilo gari lao. Niliwaambia wazidi kutueleza mwenendo wake kwa njia hiihii. Tulikwenda kulisimamisha gari letu kwenye maduka ya 'Lavington Green'. Nilimweleza huyo kijana wa polisi abaki katika gari wakati mimi nikielekea kwa Njoroge, kusudi aweze kupokea habari na kama kutakuwa na jambo lolote kabla sijarudi akimbie kunieleza. Akanipa ramani ya mzunguko wa nyumba ya Njoroge.

Nilikwenda bila shida mpaka kwenye hiyo nyumba. Nyumba ilikuwa kubwa na ya kibepari hasa. Kumbuka kwamba wakati huo ilikuwa ni mchana, na mambo ya mchana ni ya mchana. Saa hizo watu wengi walikuwa kazini.

Nilienda na kupiga hodi. Kijana mmoja wa umri kama miaka saba hivi alinifungulia.

"Kijana, mimi ni mfanyakazi wa babako Njoroge, ambaye huangalia mashamba yake ya Thika. Tumeonana sasa hivi njiani akienda mjini, lakini ameniambia nitakukuta wewe hapa. Na kama ulivyoona alikuja hapa na kasha lililokuwa na vitu. Ameniambia utanionyesha alipoliweka, maana humo imo mashine ambayo ni kwa ajili ya kazi ya mashamba yake ya huko Thika. Miye nimekuja kuichunguza kama inafaa kwa kazi yetu. Kwa hiyo, nionyeshe, maana nina haraka."

Yule mtoto bila wasiwasi alinipeleka kwenye chumba mlimokuwa na mashine nyingi na vitu vingi vya ajabu. Nilimshukuru huyo kijana kisha nikamwambia akaendelee na kazi zake.

Niliifungua ile mashine na kuiharibuharibu. Kisha nikavichukua vyuma vingine ambavyo ni vya maana. Baadaye nikalifunga kasha hilo tena, nikaenda zangu salama usalimini.

SURA YA TISA

Miye na Msaliti

Tulirudi mpaka mjini tukiwa katika hilo gari la polisi. Tulipofika karibu na Pan Africa Hotel, tulimwona Daktari Njoroge akiwa ndiyo kwanza anarejea. Siye tuliendelea mpaka mjini. Yule kijana wa polisi alinishusha New Avenue Hotel. Hapo nikaingia katika gari langu nililokuwa nimeliacha hapo nje ya Hotel. Niliwasha gari na kuendesha mpaka Embassy Hotel.

Nilienda nikamwone Lina, maana nilikuwa nimemwambia asitoke mle ndani ya nyumba. Nilipogonga mlango kwenye chumba sikusikia sauti. Kwa wasiwasi nilifungua mlango taratibu. Nilikutana na tisho jingine, mara hii niliona lingeweza kuniua. Lina alikuwa ameanguka chini huku ametiwa visu, kimoja tumboni na kingine ubavuni. Sura ya hapa mahala haikunipendeza hata kidogo, miye Willy. Nililia kama mama anayemlilia mtoto wake wa pekee anapokufa. Lakini kulia kwangu si kwa kawaida, maana mimi ninapodiriki kulia wewe utakuwa umezimia. Silii ovyo.

Niliuangukia mwili wa Lina. Moyo ulikuwa bado unapiga, ingawaje yeye alionekana kama amekufa. Nilivichomoa vile visu, damu ikaanza kububujika vibaya sana. Nilitoa vitambaa vyangu, nikaviweka kwenye matundu ya visu. Nilimwagia Lina maji kama anaweza, kabla hajafa kabisa anieleze neno lolote na kilichotokea. Sikuweza kufanikiwa, Lina alionekana hawezi kuzinduka hata kidogo.

Nilipiga simu kwa daktari aje mapema iwezekanavyo ili akiweza amwokoe Lina ambaye moyo wake ulikuwa bado unapiga. Pia, nilimpigia Sammy simu aje hapa mahala, lakini hakuweko. Niliacha ujumbe kuwa wakati wowote arejeapo aje huku chumbani kwangu.

Nilimbusu Lina ingawaje alionekana kama maiti. Yeyote aliyefanya jambo hili, lazima awe mtu aliyejua kuwa Lina ndiye aliyetutorosha toka nyumbani kwa Benny. Kama unafikiri, unaweza kujionea mwenyewe mambo yanavyonyumbulika sasa, maana tukio hili linaonekana la ajabu sana. Hapohapo methali moja ya Kiswahili ilinijia kichwani; "Umdhaniaye siye, na usiyemdhania ndiye." Sijui kama na wewe umeishaona na kukubaliana na tukio hili.

Daktari alikuja. Alipompima Lina, alisema kwamba bado ulikuwako uhai kidogo ndani yake, lakini hayakuwako matumaini makubwa. Hata hivyo alisema atamchukua hospitalini kwake akajaribu kumsaidia. "Huyu huenda Mungu tu ndiye anataka aishi, la sivyo ameisha kuwa marehemu, maana kisu cha ubavuni kimemchoma kwenye moyo," alisema Daktari.

Nilimwomba daktari amshtue kidogo kama anaweza, kusudi huenda naweza kupata kijijambo cha kunisaidia.

Alipomshtua Lina alitoa macho, kisha akafumba tena. Alijaribu kusema lakini akashindwa.

"Lina, hebu niambie kumetokea nini?" niliuliza huku nikimtingisha, maana niliona anakufa tu, kwa hiyo afadhali nipate jambo linaloweza kunifanya nimpate muuaji wake. "Alikuja akanitishatisha, akaniuliza . . . umekwenda wapi kisha, akatoa visu akanichoma .. . nami niliwahi kumpiga risasi nakifiri hakuumia sana aha. ...." Lina hakuweza kumalizia ila alizirai tena.

Daktari alimchukua kumpeleka hospitalini kwake. Na aliniambia angejaribu kila njia kuokoa maisha ya Lina. Na kama haitawezekana itakuwa sababu ya ahadi yake.

Nilitoa shilingi mia tano nikampa daktari na nilimwahidi kumpa nyingine elfu moja akiweza kuokoa maisha ya Lina.

Lina alikuwa amenipa pigo kubwa sana, moyo wangu ulipata kidonda ambacho Lina akifa hakitapona. Nilivyomwona Lina akiondoka na daktari! Basi tu, Mungu ndiye ajuaye, maana yeye na maiti yake hakukuwepo na tofauti.

Punde si punde Sammy alitokea. Nilimweleza mambo yaliyompata Lina. Naye akasikitika sana. Ilionekana sasa tumebaki siye wawili tu kufanya kazi hii. Hii ilikuwa kwa sababu ya bahati tu, maana hata siye tumekuwa tukiponea chupuchupu. Hata hapa tulipokuwa tumekaa tukizungumza na Sammy tulikuwa na wasiwasi mwingi, maana wakati wowote tungeweza nasi kuwafuata rafiki zetu John na Robin na huenda dakika hii Lina.

"Sikiliza," alisema Sammy, "tayari nimepata habari ndogondogo juu ya watu wanaohusika. Binafsi ninalishuku kundi lote lililotoka Ureno kuja kwenye maonyesho. Kwanza, wale wanawake wa Ureno waliokuwa wakionyesha mavazi walionekana kama kwamba si kazi yao ya kawaida. Pili, wamekuja vijana wa kiume watatu pamoja na hao wanawake. Vijana hao tangu waje hawajaonekana hata kidogo ila tu wameweza kuonekana hotelini kwao. Tatu, Robin alikuwa amepata habari kamili kuwa wao ndio ambao wamekuja kuchukua hizi karatasi kabla ya mauaji yake. Nne, kijana mmoja wa polisi ambaye tulimweka kumvizia Benny, amesema kuwa Benny alienda mchana huo kama mara mbili hivi kukutana na hao waonyeshaji mavazi toka Ureno."

Hizi sababu za Sammy, zimo katika usawa wa mia kwa mia. Kwa hiyo, sasa lililopo ni kuhakikisha kuwa kwa njia nzuri ama mbaya siye ndiyo tunazichukua hizo karatasi badala yao.

"Je, kijana wa polisi aliyekuwa akimfuata Benny leo hii mchana, alisema lolote juu ya Benny kuja hapa hotelini pangu?" nilimwuliza Sammy.

"La!" alisema Benny hakusogelea sehemu hizi maana alionekana yu mwenye shughuli nyingi sana."

Jibu hili lilinipa uhakika wa jambo fulani ambalo nitakapokuambia utastaajabu. Lililokuwepo sasa ni kuwatafuta Benny, Lulu na bosi kabla hawajafanya upuuzi mwingine wowote, maana tusipowawahi sisi, wao watatuwahi.

Kabla hatujafanya jambo jingine lolote ilinibidi niandike ripoti kwa Chifu, nikimweleza habari ya mambo yote yalivyo mpaka sasa. Maana sasa tumefikia karibu hatua ya mwisho na hii hatua ndiyo mbaya zaidi, maana kila kundi linapigania kushinda. Na hii ina maana ya vifo vingi sana. Nilimweleza Chifu mambo yote tangu mwanzo mpaka ambapo tumefikia. Kisha nikaifunga na kuitia kwenye kisanduku changu cha barua za kutumwa.

Kisha tulivalia ili tuondoke. Tulijitayarisha kufa na kupona. Wote tulivalia fulana ambazo risasi haziwezi kupita, *'bullet proof'* kisha tukavalia juu kama kawaida. Hizi fulana tulikuwa tumezipokea mchana huo kutoka kwa Chifu baada ya kumwomba wakati tumeona hatari zinazidi. Tulipokuwa tunataka kutoka simu ililia.

"Hallo, huyu ni Peter, wasemaje Willy."

"Miye salama tu mheshimiwa, je una utenzi?"

"Ndiyo nina jambo la kukueleza, na ni la siri zaidi. Ni jambo la kuweza kukusaidia sana."

"Niambie basi, Peter mpenzi."

"Hapana, kwenye simu mambo huwa si mazuri sana, kwa hiyo tafadhali njoo hapa."

"Vema nakuja sasa hivi kama muda wa dakika kumi hivi." Tulionelea tusiende wote kwa Peter ila Sammy aende kutalii kama, Lulu yupo hapo hotelini kwake. Na huko napo akamtishie ili aweze kutoa habari zozote. Kisha baada ya hapo Sammy angekuja hotelini kwa Peter na hapo ndipo tungepanga jinsi ya kuendelea. Tuliagana na tukatakiana bahati njema.

Nilienda zangu mpaka New Stanley Hotel. Nilipokuwa nikipita hapo chini, niliona jamaa wengi wakijiburudisha katika *Thorn Tree*. Lakini pia, nilimwona kijana mmoja miongoni mwa hao watu ambaye aliponiona aliinama kidogo ili nisiweze kumtambua. Lakini kama ilivyo macho yangu ni hatari maana katika nusu nukta, nilikuwa nimeishaona kila mtu kwenye umati wa watu elfu moja. Huyu kijana nilimwona kule hotelini Intercontinental wakati wamekuja na Benny huku wameshikilia bastola. Nilijifanya na mimi sikumwona nikaendelea zangu kumwona mheshimiwa Peter.

Nilipofika kwenye chumba cha Peter niligonga akanikaribisha ndani. "Karibu Willy, asante sana kwa kufika!"

Aliondoka akaenda kwenye kabati kuchukua vinywaji. "Asante sana kwa kunikaribisha Peter, lakini miye sitaki vinywaji vyako maana nina kazi nyingi sana." Alikuwa bado anamimina pombe akidhani huenda natania kusema kuwa sitaki.

"Kwanza lazima nihakikishe kuwa nimewatia nguvuni wahalifu wote na wengine kuwaua. Wewe ukiwa wa kwanza wa hao wahalifu." Peter ghafla aliangusha chini chupa ya pombe na akageuka kunitazama. Alipogeuka alikuta tayari nimeishatoa bastola mbili zikimwangalia. Huenda nikadhaniwa mimi ni kichaa, lakini la! Kila siku nikisema neno au nikishuku neno jua niko sawa.

"Una maana gani Willy, wewe unajua vema kuwa mimi ni mpigania uhuru halisi na hata nimepewa cheo kwa ajili ya uaminifu wangu," alisema huku akitetemeka kwa hofu.

"Ulidhani wewe ni mjanja sana Peter, ya kwamba ungeweza kuuza wenzako bila kuweza kutambuliwa. Na kweli, kidogo ungefaulu katika mambo yako kama usingefanya makosa fulani fulani na pia, kwa sababu walimweka Willy katika kazi hii ambaye anashuku kila mtu. Hata mimi pia, nakusifu kwa akili zako nyingi, lakini nasikitika kwa kushindwa kwako."

"Ulijuaje ya kuwa mimi nilikuwemo kwenye mpango huu?"

"Tangu siku ya kwanza niliyotoka Dar es Salaam nilijua lazima kuwe na mtu ambaye kwanza ana cheo kikubwa sana kwenye Ofisi ya Wapigania Uhuru ambaye anashiriki katika tukio hili.

"Kabla sijatoka Dar es salaam, nilienda nikakagua ile ofisi yenu iliyobomolewa na ilionekana kuwa mle ndani vitu vingine vyote havikuguswa ila kabati lile lenye karatasi ya siri tu. Hii ilionyesha waziwazi kuwa lazima hawa watu wamepata habari kamili za mahali karatasi hizi zilipo, la sivyo, tungekuta vitu vyote humo ndani vimevurugwavurugwa kutafuta mahala zilipo hizo karatasi. Pia, ilinipa wazo kuwa lazima awe afisa mwenye cheo kikubwa sana kujua hata mahala karatasi za siri kama hizo ziliipotunzwa, maana afisa wa hivihivi tu asingeweza kujua."

"Na kama unakumbuka, siku ile usiku nilipokuwa nikienda kwa Chifu, ulikuwa ukinifuata. Ulijifunga shuka na huku umevaa miwani myeusi. Gari lako halikuwa na nambari. Nilijua tu kuwa, huyu mtu lazima ninamfahamu ndiyo sababu anajibadili hivi."

"Wewe mwenyewe ulikuwa umekuja na hili kundi la akina Benny. Na baada ya kufanikiwa kuziiba hizo karatasi wao waliondoka wewe ukabaki Dar es Salaam. Ulibaki kwa sababu ulikuwa na wasiwasi ya kwamba wangeweza kuniweka mimi kwenye kazi hii. Hivyo ulivizia uone na ulikuwa sawa."

"Kisha ulinifuata Nairobi baada ya mimi tu kufika. Maana nilikuwa nimeweka mtu wa kuchunguza Mpigania Uhuru yeyote mwenye cheo ambaye angeingia Nairobi siku ile. Na wewe ulionekana ukitoka Dar es Salaam..." Wakati wote huu, bado nilikuwa nimeshikilia bastola zangu tayari tayari na Peter, alionyesha mshangao wa ajabu machoni mwake.

"Ulipofika hapa," niliendelea, "ulimwona John na kwa sababu mlikuwa mkifahamiana, John alikuambia kuwa alikuwa amekuja kwa tukio hilo. Hakusita kukueleza sababu anajua kwamba wewe ni afisa mkubwa sana kwenye Ofisi ya Wapigania Uhuru. Uliripoti mambo yote haya kwa Benny na Njoroge, na wao wakakuamuru umwue John. Ulifanya mpango ukamuua John."

"Umejuaje kuwa Daktari Njoroge ndiye bosi?" aliuliza.

"Hiyo ni rahisi ngoja niendelee kukueleza jinsi ambavyo wahalifu hawana akili, hali wakifikiri wana akili sana. Kisha ukamweleza Benny na Njoroge juu yangu kuwa mimi pia, ni hatari zaidi. Kwa hiyo, jambo la kufanya ilikuwa wewe ukimbie upesiupesi ujifanye kuwa unatusaidia wakati unatuwinda.

"Nilipohakikisha ya kwamba ni wewe msaliti, hata mimi nilianza kukufanyia ujanja. Siku niliyotoka na Lina pale 'City Hall' ni wewe tu uliyejua. Ulienda ukamwambia Benny. Benny akaweka mtu wa kutuvizia. Bahati mbaya miye nilitambua nikamkomesha."

"Wakati ninaenda kwa Lulu jana usiku, nilikukuta hotelini Intercontinental na wageni fulani fulani, na ni wewe tu ulijua miye nimeenda humo. Ukaenda ukampigia Benny simu kuwa niko huko, akanifuata. Lakini mimi nilikuwa nimejua kitambo kuwa wewe utafanya jambo kama hili kwa hivi nikamuwahi."

"Halafu tulipotoroka kule kwa Benny baada ya kutushika, Benny alikupigia simu akikueleza kuwa tumetoroka, lakini hakujua ni nani aliyetusaidia kutoroka, kwa hivi akakwambia unipigie simu kijanja niweze kukueleza. Nami nikiwa na nia ya kuzidi kukupumbaza zaidi nilikueleza habari zote. Ulipomweleza Benny juu ya Lina, akakuambia umtafute mpaka umpate uweze kumuua. Yeye hakutaka kufanya jambo kama hili, maana kwanza alijua waziwazi kuwa Lina si mchezo, huwezi kumwendea ovyoovyo. Pili, alifikiri Lina anaweza kuwa yuko chumbani kwangu na kama kwa bahati mbaya angetukuta wote chumbani alijua waziwazi maafa ambayo angeyapata.

"Wewe ilikuwa ni rahisi kuja kwangu maana kama kwa bahati ungenikuta nipo, ungejifanya kuwa unakuja kwenye mazungumzo tu. Bahati yako nzuri hukunikuta. Ulipofika chumbani kwangu ulimkuta Lina na kwa vile Lina hakuwa anakufahamu mara moja alikuja juu, lakini ulimuwahi ukamtia visu." Wakati huu alionekana kustaajabu sana juu ya habari hii.

"Lina naye aliwahi kukufyatulia risasi mkononi. Kuona hivyo ukakimbia kabla ya kuhakikisha sawasawa kama, Lina amekufa ama vipi. Nilimwendea, nikavuta shati lake nikakuta kweli wamemfungafunga kwa vitambaa. Kisha nilijiegemeza kwenye ukuta huku nimeshikilia bastola zangu kama kawaida."

"Halafu uliponipigia simu nije nikuone, ndicho kilikuwa kifo changu na mimi, maana kuna watu ambao najua watakuja humu wakati wowote. Wewe hukujua kama mimi najua, hivyo uliwaambia wakae kwa muda kidogo uweze kunipa pombe na nisifikirie hatari yoyote kusudi iwe rahisi kwenu kupambana nami. Lakini, hapo ndipo ulipopiga chini hasa maana Willy, alikuwa anajua kila kitu. Kwa hiyo, nimekuja kwenye kifo chako si changu. Na nadhani taarifa nitakayoitoa kwa Mkurugenzi wa wapigania Uhuru itamfanya atoe machozi, kwani kweli siye Waafrika tunakulana kama samaki. Wahenga walisema, 'Kikulacho ki nguoni mwako' na ni kweli kabisa."

"Mh! Kumbe unajidanganya sana Willy, unadhani utatoka humu salama? Wala usidhani kwamba wahalifu wanapofanya jambo kubwa kama hili huwa wanalifanya kwa pupa. Kwanza wanaambiana njia zote ambazo wanaweza kupita, na jinsi ya kuzuia kusiwepo na uwezekano wowote wa kuingiliwa," alisema Peter huku sasa amekaa kitini.

"Wewe walikuahidi kukulipa kiasi gani Peter?"

"Lazima waliniahidi fedha nyingi la sivyo nisingelikubali kuharibu jina langu na kuuza watu wangu."

"Lakini kiasi gani hebu nipe jumla la sivyo naweza kugeuka mbogo sasa hivi, nikakutia risasi maana unanijua waziwazi nilivyo."

"Wangenipa shilingi milioni kumi".

"Na malipo yote ya hizo karatasi ni kiasi gani?"

"Ni shilingi milioni mia moja."

"Zimeishafika hapa toka Ureno?"

"Sijui kama zimefika," alijibu huku akiwa na wasiwasi. Niliachia risasi moja na kukipiga kiganja chake.

"Sema kweli, maana wewe, Benny na Daktari Njoroge ndio mnajua ukamilifu wa habari hii."

"Ndiyo, zimeishafika, zilifika jana usiku, lakini bado walioleta, hawajatupa, watatupa leo usiku."

"Watawapeni wapi?"

"Kusema kweli hapo sijui," alijibu kwa hofu tena.

Nilimtia risasi nyingine ya mkono karibu na pale Lina alipokuwa amempiga. "Wapi, niambie la sivyo utakufa."

"Sijui kwa kweli, lakini nadhani itakuwa wakati wa maonyesho huko City Hall".

"Hizo karatasi zimewekwa wapi?"

"Kule kwa..." Kabla hajamalizia usemi, vijana wawili waliingia kupitia dirishani. Nilipogeuka kuwatazama, wengine wanne waliingia mlangoni. Peter alisimama na kukimbilia, kabatini alikotoa bastola na kuishikilia. Kisha wakaja vijana wengine wanne, wakawa kumi. Wawili wengine wakaja lakini wakabaki mlangoni.

Mimi bado nilikuwa nimebaki nimesimama vilevile na huku bado nimeshikilia bastola zangu. Wote walikuwa wamejipanga upande mwingine wa ukuta, wote wakiwa wameshikilia bastola zao.

"Tupa chini hizo bastola zako Willy, maana naona kifo chako kimefika," alisema Peter kwa sauti ya ujuvi. "Vipi huwezi ukajihuzunikia mwenyewe, maana kabla mimi sijafa wewe mwenyewe utakuwa tayari umeisha kufa. Ha! Ha! Ha! Ha! Mbona nyie wapelelezi hamkubali kushindwa! Watu kumi na watatu na wewe mmoja bado unapanua domo lako kuzungumza upuzi mtupu. Wewe utakufa, miye nitapata fedha. Na hakuna atakayetambua kuwa miye Peter nilihusika na mambo haya."

"Unajidanganya sana. Ukiniua mimi lazima Sammy atakupata tu."

"Ohooo! Umechelewa sana rafiki yangu, Sammy ameisha kamatwa huko chumbani kwa Lulu. Benny amemchukua na huenda sasa ameisha kuwa majivu," alijibu mmoja wapo wa wale watu.

Niliona kuwa huyu kijana hakuwa anatania. Nilikata shauri mara moja nipambane nao, ikiwa nitakufa basi, lakini ikiwa nitapona nitahakikisha kuwa nimemwokoa? Sammy nikimkuta bado hai.

"Fyatueni bastola zenu basi mbona mnaogopa? Mnaonekana mkitetemeka. Mkichelewa basi nitawamaliza nyie kabla hamjanimaliza. Yaonyesha kwamba mnao woga wa kike." Nilisema hivi kusudi niwatie hasira, maana mtu akipatwa na hasira hawezi kuona sawasawa. Maneno yangu yalifanikiwa maana niliona wanapandwa na hasira ovyo ovyo.

Peter alitoa ishara huku akisema, "Kwa heri Willy, nitahakikisha kuwa nimerithi mali yako yote hata Della. Fika salama huko ahera."

Walipotaka kuanza kunifyatulia risasi haraka nikawafyatulia mfululizo. Sita tayari chini. Niliipiga risasi mikono ya Peter akaanguka chini bila ya kuwa nayo bastola. Kisha nikawamaliza wale wanne waliobaki. Nilimsikia Peter akitoa sauti kuwaita wale wawili waliokuwa mlangoni. Walipokuja wakanikuta miye niko tayari nawangojea. Nikawafyatulia kisha nikawavutia ndani na kufunga mlango. Kisha nikamfuata Peter.

"Eh, umejua kuwa mimi ni Willy, Eh! Peter? Uhalifu haulipi. Na mshahara wa dhambi ni mauti, bali karama ya Mungu ni uzima wa milele."

"Oh! Willy nisamehe, nilivutiwa na pesa. Oh! nimetubu, nimetubu."

"Pesa, pesa Peter! Unakubali kuuza Afrika nzima kwa ajili ya pesa, ona sasa umepata nini ndani yake!"

Peter alianza kulia.

"Zile karatasi ziko wapi?"

"Kule kwa Daktari Njoroge katika stoo yake. Zimewekwa katika sefu la chuma humo stoo. Na watazibadilisha leo saa mbili na dakika kumi, lakini sielewi wapi."

"Sasa Peter, kwa heri ya kuonana. Nitakupa risasi sita kwa sababu ndivyo niliapa wakati nilipomkuta John ameuawa. Nitakutia visu viwili kama kisasi kwa ajili ya msichana Lina. Kama nisingekuwa nimeapa ningekurudisha Dar es Salaam wakakuweke kitanzi. Kwa heri kwa mara ya pili."

"Oh! nisamehe Willy, Willy....."

Niliondoka mpaka kwenye mlango na kisha nilimwendea na kumtia visu viwili, hatimaye nikaachia risasi sita kama yeye alivyoziachia kwa John na kama alivyomchoma Lina.

Lo, fulana yangu ya *bullet proof* ilikuwa imeniokoa vizuri sana.

Nilitoka mle ndani haraka mpaka chini. Mawazo yangu sasa yalikuwa kwa Sammy, kwamba nitamkuta mzima ama vipi. Wameelekea upande gani sijui. Niliona nianze kule kwa Lulu alikokwenda. Nilienda na gari langu mpaka hotelini kwa Lulu. Nilipanda mpaka kule chumbani kwa Lulu. Mlango ulikuwa umefungwa. Nilipoingia ndani niliona kazi ya Sammy. Mlikuwa na maiti nne zote zimekula visu.

Nilikaa kwenye kitanda nikifikiri wapi wamempeleka, lakini sikuwa na mwangaza wowote. Nilizunguka huku na huko chumbani. Hofu, wasiwasi, uchungu, fikra, huzuni, vyote hivi viliusukasuka moyo wangu, chuki na maudhi niliyokuwa nayo yangeweza kunifanya nizimie. Niliona karatasi kwenye kitanda. Nilipoiendea, mwandiko haukuwa wa Sammy ila mtu mwingine. UPESI, NAIROBI SOUTH, WILSON AIRPORT, KABLA YA SAA MBILI KWENYE NYUMBA MOJA NAMBARI B.141, RANGI BLUU.
"TAFADHALl UFANYE HARAKA LA SIVYO UTAJUTA KUCHELEWA KWAKO."

SURA YA KUMI

"Lililo na Mwanzo Lina Mwisho, Bosi."

Niliwaza harakaharaka kama huu ni mtego au vipi. Lakini hata kama ni mtego niliona huenda unaweza kunisaidia. Sammy hakuwemo humo chumbani, hivyo nikawaza kwamba pengine wanaye huko waliko au ameisha uawa na kutupwa mahala pengine. Zaidi niliona lazima wameenda naye huko waliko. Basi, mwishowe nilikata shauri nifanye kama vile ilivyoelezwa katika kile kikaratasi. Ilikuwa yapata saa moja kasorobo sasa.

Nilionelea katika hizo dakika kumi na tano nikimbie kule hotelini kwangu, nikaoge upesi upesi kisha nibadilishe mavazi maana shati langu lilikuwa limetobolewatobolewa kwa risasi. Nilienda nikaoga haraka haraka, nikabadilisha shati na kuondoka zangu kuelekea Nairobi South.

Nilifika Wilson Airport kama saa moja hivi kulikuwa na ndege moja tu hapo kiwanjani. Nilipaki gari langu, halafu nikatoka na kuanza kutafuta ile nyumba ilikokuwa. Mahala pote palikuwa kimya, baridi ilikuwa kali sana, na moyo ulikuwa unanipiga mno. Nilitafuta kwa muda mrefu kisha ndipo nikaiona. Wakati huu palikuwa pameisha kuwa giza mahala pote.

Moyo wangu ulizidi kupiga na nilinuia usiku huu huu kama nikiwa mzima lazima nikahakikishe 'Operesheni N-R-S-U' imefanikiwa. Niliiendea ile nyumba polepole huku nikichunguza huku na huko. Mawazo yangu yote yalikuwa juu ya Sammy kama ni mzima ama ameuawa.

Nilijua kama ile karatasi ilikuwa mtego, basi watakuwa wananingoja, lakini kama hapana, basi watakuwa wanadhani kuwa miye nitaenda kumtafuta Sammy kwa Daktari Njoroge huko Lavington Green, au kwa Benny huko Westlands. Nilipozungukazunguka nikakosa kumwona mtu yeyote hivyo nikadhani huenda hawakuwa wakinitegemea. Nilijibanza kwenye ukuta, halafu nikachungulia kwenye dirisha moja; taa zilikuwa zikiwaka humo ndani ya chumba. Nilipochungulia zaidi humo ndani nilimwona Sammy amelazwa kwenye kitanda na amefungwa kwa kamba. Pia, alionekana akiwa bado amezimia. Moyo wangu ulifurahi sana na ukanipa nguvu zaidi kuona Sammy alikuwa bado anaishi, ingawaje chini ya hali za mateso ya ajabu.

Niliwaza jinsi ya kuweza kuingia humo ndani, lakini nilishindwa. Dirisha lilikuwa na vyuma ambavyo nisingeweza kuvifanyia jambo lolote! Mwishowe nilijitolea nipitie mlango wa mbele, nilikuwa tayari na bastola zangu. Kijana mmoja alikuja kufungua mlango. Nilimpiga ngumi ya shingoni akazirai papo hapo hata hakuweza kutoa sauti.

Niliingia ndani nikafika kwenye mlango wa sebuleni. Huu mlango ulikuwa wa mbao lakini juu kulikuwa na kioo, nilipoangalia ndani nikawaona Benny, Lulu na watu wengine kama kumi hivi wote wakinywa kwa furaha sana. Nilifikiria niingie lakini sikuona jambo la maana, maana bosi hakuwemo na bosi ndiye mwenye vitu ninavyovitaka. Hawa watu humu ndani walionekana wameridhika sana na mambo, ila Lulu mara kwa mara alikuwa akiangaza macho huku na huko.

Kisha wazo likanijia, nikarudi nje taratibu ili nichungulie tena kwenye lile dirisha la chumba alimokuwa amefungiwa Sammy. Kabla sijaenda, nilimbeba yule mlinzi wa mlango nikamsukumia kwenye mfereji wa maji, halafu nikahakikisha kuwa haamki mpaka baada ya siku tatu hivi.

Nilipofika pale dirishani, nilikata unyasi mmoja mrefu sana hivi ambao nilijua utamfikia Sammy hapo alipolala kitandani. Kweli ulifika. Niliusukumasukuma sikioni mwake mpaka akazinduka. Alipozindukana alitazama akaniona. Alitaka kusema jambo nikamfanyia ishara anyamaze, maana alionekana akili zake bado hazikuwa zinaweza kuunganisha mambo. Kwa sababu mimi namwelewa sana Sammy, nilijua haitamchukua dakika nyingi kabla hajaweza kuelewa nini ni nini.

Baada ya muda mfupi niliona anaanza kutambua mambo, alinitazama akanitingishia kichwa kuonyesha kuwa sasa anaanza kuelewa mambo. llionekana kama akina Benny walikuwa wamemponda vibaya sana Sammy, hata kuzirai muda wote ule. Na pia, ilionekana akina Benny walijua itamchukua muda mrefu sana Sammy kuzinduka na ndiyo sababu hawakuwa na wasiwasi.

Nilishawaambieni kuwa Sammy ni maarufu kwa visu. Kwa hiyo alinifanyia ishara nimtupie visu ili aweze kukata zile kamba na kujifungua. Ungeweza kustaajabu angezikataje zile kamba maana hapo mwanzoni nilikuwa nimekwambia kuwa walikuwa wamemfunga vizuri sana. Lakini usitie shaka nitakueleza sasa hivi.

Kichwa cha Sammy hakikuwa kimefungwa yaani kuanzia shingoni. Basi nilimtupia kisu toka dirishani nacho kikaanguka karibu sana na mahali alipokuwa. Akajipurupusha huku na huko hadi akafanikiwa kukiuma kwa midomo. Sammy akakata zile kamba kwa kutumia mdomo. Kile kisu ni kikali sana fahamu, hata niseme zaidi ya wembe. Kisha nilimtupia visu vingine kama sita hivi nilivyokuwa navyo. Tulifanyiana ishara ambazo ni sisi wenyewe tu tunaozifahamu.

Miye nilirudi mpaka kwenye mlango wa mbele nione kama naweza kufanya lolote. Ilivyokuwa inaonekana mpaka sasa, ni kuwa mahala pa kukutania kati ya Benny, bosi na wale waliotumwa kuja kuchukua hizi karatasi ni hapo. Na pia, ilivyoonekana hawa watu wataondoka na ndege ndogo kuelekea kwao, ndiyo sababu wakachagua nyumba ya kukutania karibu na kiwanja hiki.

Bado nafikiria la kufanya, nikasikia sauti nyuma yangu na nikasikia mdomo wa bastola unanigusa, "Haya tembea mheshimiwa, kama unadhani kuviziavizia nyumba za watu kunasaidia."

Sikuwa na la kufanya, ilinibidi nifanye kama nilivyoambiwa. Mlango ule unaoendea sebuleni ulikuwa umefunguliwa nikaingizwa ndani.

"Karibu Willy, nafurahi sana kukuona tena baada ya kunitoroka jana kwa namna ya ajabu. Nimefurahi kuwa nyie watu hamnipi shida ya kuwatafuta ila mnajileta wenyewe. Kaa chini hapo tuweze kuzungumza kidogo kabla hujashuhudia kwa macho yako jinsi tutakavyofaulu," alisema Benny kwa maringo na taratibu sana.

"Asante sana kwa kunikaribisha Benny, lakini nasikitika sana kuwa hutafaulu katika mipango yako, aidha sitakaa nishududie ukifanya unyama mimi nikitazama tu," nilimjibu kwa utaratibu mwingi pia.

Nilikuwa nikiwapa maelezo mengi hayo kusudi waweze kumsahau Sammy kwa muda, na hii ingempatia muda wa kumaliza kujifungua na kujinyooshanyoosha aweze kuwa tayari kwa vitendo.

llipofika kama saa mbili kasoro dakika ishirini hivi, Daktari Njoroge akiwa na walinzi kama wanne hivi aliingia.

Huyu Njoroge ni mtu mwenye umri wa makamo kama miaka arobaini na mitano hivi. Jinsi mwili wake ulivyokaa unaonyesha utajiri mtupu. Nilipata habari kuwa amesoma sana, na amehitimu kama daktari huko Uingereza. Uso wake huonyesha furaha kila wakati. Pia, huonekana kuwa anatoka katika ukoo ulioendelea vizuri sana.

"Karibu bosi, nadhani utafurahi sana nikikufahamisha kuwa kiumbe ambaye kwa wakati wote huu amekuwa akitutia wasiwasi sana, lakini sasa tena amejileta na yuko chini ya mikono yetu," alisema Benny kwa furaha kubwa.

"Endelea Benny, tuweze kufahamiana kabla hajazikwa," alijibu bosi.

"Huyu ni mpelelezi maarufu katika Afrika nzima, Willy Gamba, ambaye anafanya kazi katika Idara ya Uchunguzi ya Tanzania, lakini mara nyingi; anafanya kazi bega kwa bega na idara za aina hiihii za hapa Afrika ya Mashariki."

"Aisii! Mimi naitwa Daktari Dickson Njoroge, tajiri sana Afrika ya Mashariki nzima. Na nimekuwa tajiri hivi kwa ajili ya shughuli za namna hii bwana Willy, kwa hiyo kuniingilia kwako kulikuwa kunapoteza muda na fedha yangu. Lakini hata hivyo, napenda sana mioyo yenu ilivyo migumu ya kwamba hata naona wivu. Ubaya ni kwamba, ushujaa wako mwisho wake ni hapa. Na kabla sijaona unakufa, nataka kukuonyesha jinsi miye nilivyo na akili nyingi, na jinsi kundi langu lilivyoundwa kwa uimara kabisa," alisema Daktari Dicky hali akinitazama kwa furaha.

"Siye tuna chama chetu, nacho ni kikubwa sana, kinao wanachama katika Afrika ya Mashariki nzima. Pia, kina uhusiano na vyama vya namna hiihii katika Afrika na hata nchi nyingine za Ulaya. Hapa Afrika ya Mashariki, mimi ndiye rais wa chama hiki na kesho nategemea kuita mkutano ambao nataka tumchague Benny kama Katibu Mtendaji wa Chama badala ya Job ambaye mlimuua katika msukosuko huu. Na pia, nataka nikueleze waziwazi kuwa chama hiki kina wanachama kutoka serikalini. Watu wenye vyeo vya juu kabisa wana hisa katika chama hiki. Kwa hivi ndiyo sababu kila siku siye hatuwezi kushindwa maana Waswahili husema, "Zimwi likujualo halikuli likakwisha."

"Katika wizi wa karatasi hizi, mtindo wetu ni uleule umetumika. Maafisa wetu wa Tanzania na Uganda wote tulishirikiana bega kwa bega mpaka tukafaulu. Na leo baada ya saa mbili na dakika kumi, chama chetu kitakuwa tajiri kuzidi vyama vingine vyote. Siye tunafanya kazi sawasawa na jinsi nyie kwenye Idara ya Upelelezi mnavyofanya. Na pia, tuna watu mashuhuri kama wewe na wengine kutoka katika idara yenu."

"Miye najua mpaka sasa mnajua tulivyozipata hizi karatasi, lakini najua hamjui jinsi ambavyo zitapelekwa na wapi zitapelekwa."

"Tunajua, Daktari Njoroge, usijivunge kuwa siye hatujui, hata ambavyo unajidanganya utafanya usiku huu pia tunajua," nilimjibu huku sauti yangu ikionyesha dharau kubwa.

"Kama unajua basi sijali hata chembe maana wewe sasa ni sawa na maiti na kama maiti inajua jambo nani huyo atakayejali?"

"Ulipokuja kwangu na kuharibu mashine yangu nilipopata habari nilichukia kiasi kikubwa sana ya kwamba miye mwenyewe nataka kushuhudia kifo chako, na pia kwa sababu wewe ndiye mtu wa kwanza kuweza kunigundua mimi nikiwa kama kiongozi wa kundi la wahalifu. Kwa kifupi, bwana Gamba ni kwamba, muda wa dakika ishirini hivi siye tutakuwa watu tajiri kabisa. Hizi karatasi zinanunuliwa na watu wa Ureno kwa bei ya shilingi milioni mia moja na siye tumezipata kwa kuuza maisha ya watu wetu wengi. Na Serikali imezitafuta kwa gharama iliyo kubwa kiasi cha kutisha. Kadhalika, imepoteza watu wake mashuhuri kwa ajili ya hizi karatasi na bado wasizipate."

"Mnamo saa mbili kamili, wapelelezi fulani toka Ureno tutaonana nao hapahapa ndani na naona zimebaki dakika kumi kufika muda huo na wakati huo nitahakikisha kuwa nyie mtakuwa mmeisha kufa. Hao vijana watatupatia fedha na siye tutawapatia hizi karatasi. Nao wataondoka na ndege yao moja ambayo itawachukua hapahapa kiwanjani wakiwa kama watu waliokuja katika maonyesho ya mavazi na ambao kwa sasa wamemaliza maonyesho yao na wanarudi nyumbani. Kwa hiyo, hakuna binadamu yeyote ambaye atawatilia tuhuma."

"Wakati wakifika Ureno miye na wenzangu tutakuwa tumegawana fedha, tunakula raha tu. Halafu wapigania Uhuru watakapoanza kupigwa, naweza kutoa kiasi cha shilingi milioni moja kuwasaidia. Na nakwambia nitatangazwa dunia nzima kama mtu mwenye moyo wa pekee na Mwafrika safi. Siku moja utakapofufuka ukiwaambia kwamba mimi ndiye niliyewasaliti kwa kuziiba hizi karatasi na kuwapa Wareno na wao wakapigwa vibaya sana, watakushtaki kwa kusema uongo maana tayari watakuwa wananiabudu kama mungu wao mdogo kwa kuwasaidia kiasi hicho. Unaonaje si hekima nzuri sana, au sio?"

"Kwa kweli ni hekima nzuri kama ungefanikiwa, lakini kwa sababu hutafanikiwa, hata mimi nakuonea huruma ya ajabu. Ni afadhali usingelizaliwa bwana Njoroge maana yatakayokupata hata watoto wako watajichukia kwa nini walizaliwa na baba kama wewe," nilijibu kwa kiburi sana ingawa sikuwa na bastola hata moja. Bastola zangu walikuwa wameisha ninyang'anya.

Nilikuwa na uhakika kuwa, wakati huu lazima Sammy ameisha kuwa tayari, alikuwa tu anangoja kuwagutusha. Lulu alikuwa akinitazama kwa macho ambayo yalikuwa yananiambia hadithi za sungura nilizozisoma darasa la tatu. Alikuwa naye ameshikilia bastola mikononi kwake. Benny na vijana wengine walikuwa na furaha ya ajabu maana bosi alikuwa akiwatukuza namna ya ajabu.

"Kamfungulieni huyo mbwa mwingine humo ndani, nadhani atakuwa bado amezimia, nataka kuwaona wanakula risasi mbele yangu mwenyewe. Maana naona huyu Gamba ni mshenzi kiasi cha kwamba hanitambui sawasawa. Kuwa Rais wa chama kama hiki, lazima atambue kuwa mimi ni mtu wa pekee na pia, mwenye busara za pekee," alisema bosi huku akimtazama Benny.

Benny alimweleza kijana fulani hapo akafungue mlango. Lulu tu ndiye alionekana hana furaha, huku rangi yake ikizidi kubadilika. Nilidhani huenda anachukia kuona bado ninaishi. Nilimtazama huku nikitabasamu kisha nikamwambia, "We malaya, unachelewa kwenye maonyesho, watu wanakungoja ukawaonyeshe mwili wako huo usio na bei. Maana ni mtu fisadi tu ambaye hathamini mwili wake kiasi cha kuonyesha kwa kila mtu." Lulu hakunijibu neno ila tu alitazama chini.

Benny aliniangalia kwa hasira nyingi akasema, "wewe rafiki yangu huwezi kumwadhiri mke wangu kiasi hicho hali nami nipo hapa. Hiyo dharau kubwa sana mshenzi wee."

"Yeeeeeya, wewe kweli uko nyuma. Unadhani huyu fisadi anaweza kukaa na wewe! Humjui nini, mbona hukuniuliza zamani nikueleze, maana mimi nina historia yake toka A mpaka Z," nilisema huku nikicheka sana.

Benny alitaka kusema neno lakini kabla hajasema, yule kijana aliyeenda kufungua mlango wa chumba ambamo alifungiwa Sammy, alianguka chini na kisu kifuani. Wote walisimama wakaanza kutoa risasi upande ule wa chumba. Miye niliruka nikaanguka chini ya sofa.

Mle ndani mlikuwa na watu kama kumi na watano hivi wa upande wao. Na miye nilijua Sammy ana visu sita kwa hiyo nilijua watu sita watakuwa wameisha kufa kabla hawajatuandama. Lulu alisimama kama anataka kukimbia halafu kwa bahati mbaya akaangusha bastola yake kwenye kichwa changu. Basi, niliona sasa tumeisha okoka, maana kama Sammy ataua sita miye wale wengine nitawafanyia kazi kabla hizi risasi hazijaisha. Risasi sasa zilikuwa zinapigwa upande wangu na kule mlangoni kwa Sammy. Sammy alifanya mlango kama ngao yake.

Mimi nilianza kazi. Niliposimama niliona watu watano wameisha anguka. Basi miye niliwalisha waliokuwa karibu yangu. Nilipoona mwingine anakula visu, nilijua sasa Sammy ameishiwa visu kwa hiyo ilikuwa sasa ni kazi yangu kumwokoa Sammy. Nilijaribu kumpata Benny lakini wapi. Wengi wao walikula risasi mpaka nikaona wamebaki watu wanne. Benny,

Lulu, na kijana mwingine. Walipoona mambo yamewazidia, walionelea wakimbie. Kweli wakakimbia na kupotelea gizani.

Nilimfuata Sammy, nikampa heko kwa kazi yake nzuri aliyokuwa ameifanya wakati huu. Aliniuliza nilipataje bastola nikamweleza iliangushwa na Lulu kwenye kichwa changu wakati nikijificha nyuma ya sofa kuzuia risasi.

"Miye sikubali kuwa aliiangusha kwa bahati mbaya Willy, kila siku nakwambia wanawake wazuri ni sumu huenda ana jambo, maana tangu wanishike kule kwake, tabia yake Lulu imenishinda. Jinsi anavyojiheshimu ni ajabu."

"Hata mimi nimemwona hakuwa na furaha wakati wengine wote walipokuwa wanafurahi sana. Sasa tufanye nini Sammy, maana hatujui hawa watu wamekimbilia wapi,"

"Mimi nadhani, tukusanye hizi maiti tuzifiche mahala fulani. Kwanza naona bado dakika nne wale wapelelezi wa Ureno wafike hapa. Mimi naona tuwangojee hao hapa maana hawatakuwa na habari kuwa siye ndio tumo humu. Wakija tutawafungulia tukijifanya kama sisi ni walinzi wa Njoroge na kundi lake. Watakapokuwa wameingia ndipo sisi tuwageukie kama mbogo na kuwaua wote. Lakini lazima tuwe macho maana jua hawa watu pia wana kazi kama yetu kwa hiyo lazima wanaweza wakang'amua jambo fulani wakatuwahi kabla hatujawawahi. Pia, lazima tuwe tunajua kuwa Benny na kundi lake wanaweza kurudi upesi iwezekanavyo kusudi waje wawazuie hawa watu, au aje na kundi la kuweza kutumalizia mbali. Lakini hii itamchukua muda mrefu kidogo hivyo tutaweza kupata nafasi ya kuwacheza hawa watu."

Mawaidha ya Sammy niliyaona kuwa muruwa kabisa. Tulikusanya zile maiti na kuzitia kwenye chumba fulani.

Halafu tukakaa tayari kuwangoja hao binadamu. Nilichukua bastola tatu toka kwa maiti hizo za kundi la Benny na Sammy pia. Tukajitayarisha vizuri kabisa, maana mara hii tutapambana na watu waliofundishwa kazi hiihii kama sisi.

Mlango uligongwa, miye nilienda kuufungua, Sammy alijificha kwenye chumba kimojawapo. "*Come in, the boss is waiting for you.*"

"*Thanks a lot,*" walijibu. Walikuwa wavulana wanne na wasichana wawili, nilingoja wote waingie halafu mimi niwatokee kwa nyuma. Yule wa mwisho alipoingia, alitoa bastola mara moja na kuniuliza mahala alipo bosi. Lo! nikaona hapa mambo yatachacha. Kaniambia nisitoe sauti, pia akaniuliza idadi ya walinzi wanaomlinda bosi. Nikasema kumi na wanne. Akamweleza na mwenzake akamkubalia kuwa wanaweza kuwashinda tu, ila wakaambiana kuwa lazima wamgutushe bosi na watu wake halafu wachukue hizo karatasi kwa nguvu kisha watoroke.

Unaona sasa mambo yalivyokuwa yanachacha. Miye yalikuwa yananitisha sasa. Maana kumbe hawa watu hawakuja na fedha, ila tu walikuwa wamemfanyia bosi akili, waje humu ndani kisha wawanyang'anye hizo karatasi kwa nguvu, halafu wawaue ndipo watoroke na hizo karatasi kwenda zao bila kulipa fedha hata senti moja.

Alitaka kunipiga shingoni na kitako cha bastola, lakini kabla hajaniwahi miye nikakinga kwa mkono na ile bastola ikaruka. Hapohapo nikatoa bastola zangu, vita ikaanza.

Hawa wote sita walionekana watu wanaojua kazi yao barabara. Sammy alitokeza kwa nyuma kwa hiyo tukawaweka mahala pema sana. Fahamu mpaka sasa miye fulana yangu nilikuwa bado ninayo, kwa hiyo ilizidi kunisaidia sana. Mapigano kati yetu na kundi hili yalikuwa makali kupita mengine yote yaliyokuwa yameisha pita. Mwishowe, tulishinda, wanne wao tulikuwa tumeisha waua na wawili wengine walikuwa wamejeruhiwa vibaya sana.

Tuliwaendea hao waliojeruhiwa, wakatuuliza siye ni nani, tukawaeleza kila kitu. Nao wakatueleza kuwa kusema kweli nia yao haikuwa kulipa pesa zote hizo, maana Serikali yao ni maskini sana kuweza kulipa pesa nyingi namna hiyo. Ila tu walikuwa wamemdanganya Njoroge na chama chake kusudi waweze kuzichukua hizo karatasi bila malipo yoyote.

Sasa lililokuwa limebaki ni kupambana na Njoroge. Tuliona hii itakuwa kazi rahisi zaidi. "Miye Willy naona tungoje hapa maana lazima Benny atarudi na mimi nataka nimuue Benny maana ndiye aliyemuua Robin na mimi niliapa nitamuua mtu aliyemuua Robin kama asiponiua yeye".

"Vema, tutawangoja hapa."

Kidogo tu, simu ililia. "Hallo, ni nani?" nilijibu huku nikiuliza.

"Sikiliza, njoni karibu na Railway Training School hapa Nairobi South, kuna nyumba moja mfano wa ghorofa chumba nambari saba. Hapa ndipo walipo kwa hiyo msikawie. Bado wanajaribu kukata shauri mahala pa kwenda. Hii sauti ilikuwa kama ya mwanamke ingawaje ilibadilishwa na kusikika kama ya mwanamume. Tulikata shauri tufanye kama tulivyoambiwa.

Tulienda mpaka karibu na RTS, halafu tukaanza kuitafuta ile nyumba, hii ilituchelewesha sana hata tukadhani tutakuta wameisha toka humo ndani. Mwishoni, tukaiona na hapo tukaingia ndani. Tukaenda mpaka chumba nambari saba. Tulipofika tukapiga mlango kwa nguvu, mpaka ndani.

Nakwambia tulipoingia hatukuamini hata kidogo. Lulu alikuwa ameshikilia bastola mbili mkononi, Benny na bosi wamekaa huku wameinua mikono juu.

"Fanyeni haraka, wamemtuma mtu kuleta kundi jingine la watu. Watafika sasa hivi, alisema Lulu.

"Hii ina maana gani Lulu?" aliuliza Benny. "Mimi ni mpelelezi toka Uganda, ila nilifanya kazi nanyi nikijua tungeweza kuwashika vizuri sana. Tulikuwa na John katika kazi hii. Na ni John tu aliyekuwa akijua kazi yangu. Ulikuwa mpumbavu sana Benny uliponipenda sana. Nami niliwala akili vizuri sana hata wote mkaangukia upande wangu," alisema Lulu huku akiweweseka.

Unaona sasa mjomba mambo yalivyozidi kunyumbulika.

Kumbe Lulu alikuwa upande wetu. Kwanza siku ile Benny alipotaka kutuchoma na *petrol*, Lulu alisema wamwendee bosi, huku akaokoa maisha yetu. Kadhalika na kule chumbani Wilson Airport aliniangushia bastola. Halafu nikiwaambia wasichana ni sumu nyie mnanidhania mimi ni mpumbavu ..."

"Wapi karatasi?" nilimwuliza Daktari Njoroge.

"Zipo hapa," alizitoa huku akitetemeka.

"Wale Wareno wote tumeisha waua, lakini kabla hujafa nitakueleza kuwa uhalifu haulipi hata kidogo. Wale watu nao walikuwa wamekuzunguka. Nia yao ilikuwa kukunyang'anya hizo karatasi kwa nguvu, halafu wakuue, unaona hiyo," nilimweleza huku nikienda kuzichukua hizo karatasi. Niliziangalia nikahakikisha kuwa kweli zilikuwa zenyewe.

Hatukutaka kupoteza wakati kwani tulihofia kukutwa na hilo kundi jingine la wahalifu hawa. Hivyo haraka tukapiga simu polisi. Si muda sana gari la polisi lilisimama nje ya jumba hili tulimokuwa. Punde askari polisi kadhaa wakaingia. Nyuso zao ziliainisha ghadhabu iliyokithiri kiwango. Haikosi kila mmoja wao alichukizwa sana na hila za wasaliti hawa ambao ati, ni pamoja na wazalendo wa Afrika!

Moyo wangu ulirudi kwa Lina. Kama mwehu, nikawaacha wote na kutia gari moto kwenda kumwona Lina, maana mpaka sasa moyo wangu ulikuwa bado ukiniuma kwa ajili yake.

Nilipofika kwa daktari niliingia kwa fujo sana maana nilikuwa na hamu ya kutaka kusikia nini kimempata Lina. "Daktari, Lina vipi?"

"Naona ataishi, ila kwa sasa usiende kumwona maana unaweza kumsumbua."

"Hata lazima nimwone, nisipomwona naweza kuzimia."

"Hapana usiende kumwona tafadhali."

"Nyamaza Daktari," nilimvuta daktari mkono. Akaona hana la kufanya ila kufanya kama ninavyomwambia.

Nilipoingia, Lina alikuwa amesinzia. Nilimwinamia na kuanza kumbusu ovyo. Daktari alicheka akasema, "Naona kweli mapenzi ni hatari yaweza kuua," akafunga mlango akaenda zake. Lina alifungua macho yake.

"Oh! Willy, nilikuwa nakuota sasa hivi umenikumbatia kumbe ni kweli. Oh! sasa nimepona kabisa, nibusu Willy, nirejewe na uhai."

"Lina, Lina mpenzi, mimi na wewe mpaka kwa mama Willy, kifo ndicho kitakachotutenganisha".

www.ingramcontent.com/pod-product-compliance
Lightning Source LLC
LaVergne TN
LVHW010819051026
849532LV00007B/2572

* 9 7 8 9 9 8 7 0 8 3 1 3 8 *